गरवी गुजरात

दिलीपराज प्रकाशन प्रा. लि.™

२५१ क, शनिवार पेठ, पुणे - ४११०३०.

दिलीपराज प्रकाशनाची सर्व पुस्तके आता आपण **Online** खरेदी करू शकता.

आमच्या **Website** ला कृपया एकदा अवश्य भेट द्या अथवा **Email** करा.

Email - diliprajprakashan@yahoo.in

www.diliprajprakashan.in

आपला
भारत १६

गरवी गुजरात

राजा मंगळवेढेकर

दिलीपराज प्रकाशन प्रा. लि.™
२५१ क, शनिवार पेठ, पुणे - ४११०३०.

गरवी गुजरात
Garavi Gujarat

लेखक : राजा मंगळवेढेकर

ISBN : 81 - 7294 - 256 - 7

प्रकाशक । राजीव दत्तात्रय बर्वे । मॅनेजिंग डायरेक्टर ।
दिलीपराज प्रकाशन प्रा. लि. । २५१ क, शनिवार पेठ । पुणे ४११०३०.
दूरध्वनी क्रमांक (फॅक्ससहित)
२४४७१७२३ । २४४८३९९५ । २४४९५३१४

मुद्रक । रेप्रो इंडिया लिमिटेड, मुंबई

सुधारित आधुनिक आवृत्ती । १५ जून २०१५
(मे २०१५ पर्यंतच्या माहितीसह)

प्रकाशन क्रमांक । ९१०

अक्षरजुळणी । सौ. मधुमिता राजीव बर्वे
पितृछाया मुद्रणालय । ९०९, रविवार पेठ । पुणे ४११००२.

मुद्रितशोधन । सुभाष फडके

मुखपृष्ठ । सागर नेने

भिन्नतेत या अभिन्न...

भिन्नतेत या अभिन्न आज गाऊ आरती
लक्ष हस्त, लक्ष पाद, हृदय एक भारती
भिन्न वेष, भिन्न भाष, भिन्न धर्मरीती
भिन्न जात, भिन्न पंथ, तरीही एक संस्कृती ।।१।।
भिन्न रंग, भिन्न ढंग, भिन्न भाव-आकृती
भिन्न छंद, भिन्न बंध, आगळी कलाकृती ।
भिन्न वाणी, भिन्न गाणी, अर्थ एक वाहती
भिन्न शौर्य, भिन्न धैर्य, घोष एक गर्जती ।।२।।
भिन्न भवन, भिन्न हवन, भिन्न क्षेत्र मानिती
लहर लहर भिन्न तरी, एक गगन-माती ।
भिन्न तार, ताल तरी, एक मधुर झंकृती
कमलपुष्प हासते पाकळ्यांतुनी किती ।।३।।

राजा मंगळवेढेकर

अनुक्रमणिका

१. गुणवंती गुजरात

हमारो गुणियल गुर्जर देश
ग्रीस, रोम थी य जूना
कुरु-पांडव थी य प्राचीन
सोमनाथ, गिरिनगर, द्वारिका
युग-युग ध्यान विलीन
उभी ते कालसिंधू ने तीर
बजावे बंसरी भव्य सुधीर
हमारो गुणियल गुर्जर देश

आमचा हा गुणवंत असा गुजरात देश आहे. ग्रीस-रोम या साम्राज्यांहून किंवा कौरव-पांडव यांच्या काळापेक्षा प्राचीन अशी ही भूमी आहे.

एखाद्या योग्याप्रमाणे ध्यानधारणेत गढून गेलेली सोमनाथ, गिरनार व द्वारिका ही इथली स्थळे कालसागराच्या भव्य काठावर धीर-गंभीर असे बासरीचे स्वर घुमवीत युगानुयुगे उभी आहेत.

आमचा हा गुणवंत गुजरात देश आहे.

गुजरातचे श्रेष्ठ कवी न्हानालाल यांनी गुजरातमहिमा गायलेला आहे. गुजरातगौरव वर्णिलेला आहे.

गुजराती माणसाने गौरव-गीते गावीत आणि अन्य भारतीयांनी त्यांच्या स्वरात स्वर मिसळून अभिमान बाळगावा अशीच ही गुणवंत-गुणियल भूमी आहे. भगवान श्रीकृष्णाने आपली 'सोन्याची द्वारिका' राजनगरी वसवली ती याच भूमीवर आणि म. गांधीजींनी आपला 'सत्याग्रह-आश्रम' स्थापिला तो याच भूमीवर. बलराम-श्रीकृष्णांनी येथल्याच प्रभासपट्टण नगरीत देहोत्सर्ग करून अवतार समाप्ती केली आणि कृष्णसखा सुदाम्याच्या सुदामपुरीत, म्हणजेच

आजच्या पोरबंदर गावात गांधीजींचा जन्म झाला. 'वैष्णव जन तो तेणे कहिये, जो पीड पराई जाणे रे।' हे भजन संत नरसी मेहताने इथेच गायले आणि बौद्ध, जैन, पारशी, मुस्लीम हे भिन्न, भिन्न धर्म पंथही येथे सहिष्णुतेने वागले, वाढले. अशा व्यापक-उदार, सर्वसमावेशक वृत्तीमुळेच गुजराती माणूस भारताच्या भिन्न भिन्न प्रांतांत जाऊन रमला आणि गुजरातेत राहून 'जय जय गरवी गुजरात' म्हणत असताना देखील,

'ईस्लामी यात्राळीनुं आ मक्कानुं मुखबार
हिंदु मुसलमिन पारसीओने अहिंया तीरथद्वार
प्रभु छे एक, भूमि छे एक, पिता छे एक, मात छे एक...

अशा भावनेने वागत आला. गुर्जर भूमी कशी, तर न्हानालालच्याच शब्दात तो म्हणतो--

'हिंद मातानी लाडिली बाळ
जय जय गुर्जरी ! तव चिरकाळ !'

कधी कविवर्य उमाशंकर जोशींच्या शब्दात तो म्हणतो-

'भारतनी भोममां झाझेरी गुजरात
गुजरात मोरी मोरी रे!'

तर कधी त्यांचेच गीत गातो-

'हुं गुर्जर भारतवासी!
सर्व धर्म सम, सर्व धर्म मम, उर ए रहो प्रकाशी ।
सदा जागरुक, जगत नागरिक, सागरतीर्थ निवासी ।
हुं गुर्जर भारतवासी !'

आणि अशी विशाल, विश्वामानुषत्वाची, भारतीयत्वाची अनुभूती घेत असतानाच तो आपल्या गुर्जरी भूमीविषयी मांगल्यगर्भ उद्‌बोधनाची आकांक्षा कवी मनसुखलाल झवेरींच्या शब्दात व्यक्त करतो -

'तव ऊड, गुर्जरी! ऊड!
पांख तुज सबळ, गगन सुविशाळ !
तुज भूतकाळ अति भव्य;
भव्यतर निश्चय आवती काल !'

अशी ही गुर्जर भूमी भारताच्या पश्चिम दिशेला वसलेली आहे. गुजरातचे भाग्य असे की भारताच्या किनारपट्टीच्या एकतृतीयांश एवढा, म्हणजे सुमारे १६०० किलोमीटर लांबीचा सिधुसागराचा किनारा पश्चिमेस लाभलेला आहे.

ईशान्य दिशेला प्यारो राजस्थान आहे, आग्नेय दिशेला समृद्ध मध्य-प्रदेश आहे, दक्षिणेस दगडफुलांचा महाराष्ट्र आहे, तर वायव्येला पश्चिम पाकिस्तानचा शेजार लाभलेला आहे.

कविवर्य नर्मदाशंकर यांनी आपल्या 'जय जय गरवी गुजरात' गीतात गुजरातची चतु:सीमा अशी वर्णिलेली आहे :

उत्तरमां अंबा मात,
पूरबमां काळी मात,
छे दक्षिण दिशमां करंत रक्षा कुंतेश्वर महादेव ।
ने सोमनाथने द्वारकेश ए, पश्चिम केरा देव ।
छे सहायमां साक्षात, जय ! जय ! गरवी गुजरात ।।

- उत्तरेला आबूच्या पर्वतावर असलेली अंबाली माता आहे, पूर्वेला पावागडची कालिकामाता आहे, दक्षिणेस कुंतेश्वर महादेव शत्रूंपासून रक्षण करीत असून पश्चिमेस सोमनाथ आणि द्वारकेश साक्षात श्रीकृष्ण गुजरातच्या साहाय्यार्थ सदैव सिद्ध आहे !

ब्रिटिश आमदानीत गुजरात मुंबई इलाख्यात समाविष्ट होता. कच्छ-काठेवाडीतील बराचसा प्रदेश तत्कालीन संस्थानात होता. स्वातंत्र्यापूर्वी भारतात सुमारे ६०० संस्थाने होती. त्यापैकी २७० एकट्या सौराष्ट्र-गुजरातमध्येच होती. यावरून गुजरात त्यावेळी किती लहान लहान तुकड्यात विभागलेला होता याची कल्पना येईल. १९४७ साली भारतीय स्वातंत्र्यानंतर सरदार वल्लभभाई पटेलांच्या मुत्सद्दीपणाने हिंदी संस्थानांचे भारतीय संघराज्यात विलिनीकरण झाले. त्यावेळी काठेवाड-कच्छ मधील संस्थानांचे १९४८ मध्ये 'सौराष्ट' नावाने एक स्वतंत राज्य निर्माण करण्यात आले. जुनागडच्या नबाबाने त्यावेळी संस्थान भारतात सामील करण्यास टाळाटाळ करून पाकिस्तानशी संधान जमविले होते. परंतु जुनागडच्या प्रजेने झाला विरोध केला व भारतात होण्याची आपली इच्छा व्यक्त केली. सामोपचाराने भागले नाही तेव्हा भारत सरकारलाही सैन्याची हालचाल करावी लागली. परंतु संस्थान सोडून नबाब पाकिस्तानात पळून गेला. जुनागड सौराष्ट्रात आले. पुढे भाषावार प्रांतरचनेच्या घडामोडीत फाजलअली कमिशनने गुजरात महाराष्ट्राचे द्विभाषिक राज्य असावे अशी शिफारस केली व त्यानुसार १ नोव्हेंबर १९५६ रोजी दोन्ही कबडची सर्व संस्थाने विलीन करून द्विभाषिक मुंबई राज्य अस्तित्वात आले. परंतु याने मराठी व गुजराती भाषिकांचे समाधान झाले नाही आणि दोन्ही प्रदेशात स्वतंत्र भाषिक राज्यांसाठी प्रचंड आंदोलने

झाली. त्यातूनच १ मे १९६० रोजी द्विभाषिकाचा अंत झाला आणि समस्त गुजराती भाषिकांचे 'महागुजरात' राज्याचे स्वप्न साकार झाले.

आजच्या गुजरात राज्याचे प्रामुख्याने तीन नैसर्गिक विभाग पडतात : १) गुजरात २) कच्छ ३) सौराष्ट्र. तथापि, काही प्रदेश स्थानिक नावानेच तेथे ओळखला जातो. साबरमती व मही नदीच्या मधल्या प्रदेशाला 'चरोतर' म्हणतात. ही भूमी फार सुपीक आहे. बडोद्याच्या दक्षिणेला 'वाकल' म्हणतात, भडोचच्या दक्षिण भागाला 'कानम' म्हणतात, तर सौराष्ट्राचा बहुतेक भाग राजपूत राजांमुळे झालावाड, गोहिलवाड आदी 'सोरठ' नावाने ओळखला जातो.

गुजरात विभागात बहुतेक मैदानी प्रदेश आहे. दक्षिणेस सुरतजवळ २५ कि.मी. इतका अरुंद त्रिकोणी मैदानी पट्टा उत्तरेच्या वाळवंटी भागाला मिळताना बराच प्रशस्त, रुंद बनलेला आहे. किनारपट्टीचा प्रदेश गाळाच्या जमिनीमुळे सुपीक झालेला आहे.

कच्छच्या द्वीपकल्पाभोवती समुद्र असून पूर्वेला व उत्तरेला रण पसरलेले आहे. पावसाळ्यात पाण्याने हा भाग भरून जातो. या भागात रेताड मैदाने व खडकाळ डोंगर विखुरलेले आहेत. किनाऱ्याला लागून वाळूच्या टेकड्या आहेत. त्यामागे चदुवा व धोला नामक पूर्व-पश्चिम डोंगररांगा आहेत.

सौराष्ट्र म्हणजेच भारताच्या नकाशात पश्चिमेकडे वेगळे दिसणारे काठेवाडचे द्वीपकल्प होय. याच्या पूर्वेस मैदानी व पश्चिमेस दलदलीचा प्रदेश आहे. कच्छचे व खंबायतचे रण आणि नल सरोवर यांनी या द्वीपकल्पास पूर्वेस व वायव्येस आपल्या बाहुपाशात घेतले आहे. या भागातील किनारा चिखलमय आहे. दीवपासून कच्छच्या आखातापर्यंतचा किनारा सपाट व वाळूच्या टेकड्यांनी व्यापलेला आहे. हा प्रदेश किनाऱ्यापासून लाटांप्रमाणे मध्यावरील डोंगराळ भागाकडे उंचावत गेलेला आहे. या भागातील डोंगर एकमेकांना समांतर असे उत्तर-पूर्व व दक्षिण-पश्चिम असे पसरलेले आहेत. उत्तर भागात कनडोल्याचा, चोटिल्याचा व गोपचा हे प्रमुख डोंगर आहेत, तर दक्षिण भागात प्रसिद्ध गिरनार पर्वत, शत्रुंजय किंवा पालिताणा, नंदी-वेला, तुळशी-श्याम, तळजालोर हे आणि सान्याचे डोंगर आहेत. पोरबंदरच्या ईशान्येस बरदा व पूर्वेला ओसाम हे डोंगर आहेत. हे डोंगर ज्वालामुखीपासून बनलेले आहेत. गुजरात राज्याला लांबवर पसरलेला जेवढा समुद्रकिनारा लाभलेला आहे तेवढी डोंगरांची समृद्धी लाभलेली नाही.

गुजरातमधून साबरमती, तापी, मही, बनास, सरस्वती, नर्मदा या मोठ्या नद्या वाहतात. त्याशिवाय भादर, शेत्रुंजी, आजी, मच्छू, दमणगंगा, विश्वमित्री

ह्या लहान नद्या वाहतात. कच्छ भागात लहान, उथळ पात्राच्या नद्या आहेत. राजस्थानातून आलेली लूणी ही खारी नदी कच्छच्या आखातात अंतर्धान पावते. लूणीव्यतिरिक्त कच्छमध्ये अनेक लहान लहान नद्या आहेत.

काठेवाडच्या सागरकिनाऱ्याला लागून बऱ्याच खाड्या आहेत. पीरम, चांच, श्रियाळ, दीव, ब्येट व चांका ही बेटेही आहेत. खंबायतचे रण पावसाळ्यात जलमय होते. आसपासची खेडीही पाण्याने वेढली जाऊन बेटे बनतात.

काठेवाडातील बहुतेक नद्या मध्यभागी असलेल्या उंचवट्याच्या प्रदेशात उगम पावतात आणि चोहोबाजूस वाहतात. पावसाळ्यात या नद्यांची पात्रे दुथडी भरलेली असतात, पण उन्हाळ्यात मात्र ती कोरडी पडतात.

गुजरातच्या ईशान्येस अरवली, पूर्वेस विंध्य, सातपुडा व सह्याद्री या पर्वतांच्या शिखररांगा घुसलेल्या आहेत. या पर्वतांच्या उदरातून असंख्य जलप्रवाह निघतात आणि तेथील नद्यांना जलमय बनवतात. या प्रदेशाला सखल पण रेती व लवणे याने व्याप्त असा किनारा लाभलेला आहे. तथापी जहाजे येऊ शकतील अशा मोठ्या नऊ-दहा खाड्याही आहेत.

गुजरात राज्यात कच्छच्या रणाच्या पश्चिमेकडील 'सिंधी' सरोवर, खंबायतच्या आखाताच्या मध्यावर असलेले 'नळ' सरोवर व 'माधवपूर' ची सरोवरे विशेष प्रसिद्ध आहेत.

गुजरातच्या पश्चिम किनाऱ्यावरील प्रदेश आणि काठेवाडच्या पूर्वेकडून पोरबंदरपर्यंतचा किनारी प्रदेश व तेथील माती अलीकडील काळात बनलेली नवी 'गाळाची माती' (लोएस) आहे. पोरबंदरने कच्छच्या छोट्या रणापर्यंतच्या किनारी व थोड्या आंतरभागाची जमीन तांबडी व पिवळी 'रेताड' आहे. या भूमीलगतच गुजरातच्या पूर्वेस व काठेवाडाच्या मध्यावरील प्रदेशाला 'रेगूर' म्हणजे खोलवर काळी अशी सकस जमीन आहे. उत्तर गुजरात व कच्छ या भागात 'गोराडू' म्हणजे मिश्रगाळाची जमीन आहे.

शेती हाच प्रमुख व्यवसाय असून राज्यातील जमिनीपैकी ५४ टक्के जमीन लागवडीखाली आहे. अन्नधान्याच्या बाबतीत तसा हा प्रदेश प्रारंभापासूनच तुटीचा आहे. पण ही तूट भरून काढण्याचा प्रयत्नही नव्या विकासकार्यान्वये होत आहे. ह्या प्रयत्नामुळे धान्योत्पादनात अलीकडील काळात जी वाढ झाली आहे ती लक्षात घेता गुजरातचा भारतात दुसरा क्रमांक लागतो. परंतु वाढत्या लोकसंख्येमुळे वाढते उत्पादनही अपुरे पडते.

गुजरातच्या भूमीत भात, गहू, बाजरी, ज्वारी, मका, डाळी आदींचे

उत्पादन होते. कापसाचे उत्पादनही गुजरातमध्ये मोठ्या प्रमाणावर होते. ऊस, केळी, जिरे, बडिशेप ही पिके काही विशिष्ट भागात चांगली होतात. भुईमुगाच्या उत्पादनात गुजरात राज्य भारतात पहिल्या क्रमांकाचे तर तंबाखूच्या उत्पादनात दुसऱ्या क्रमांकाचे मानले जाते. सुदीर्घ सागर किनाऱ्यामुळे मिठागरे पुष्कळ आहेत. भारतातील मीठ उत्पादनापैकी सुमारे सत्तर टक्के मीठ गुजरातेत निर्माण होते. पश्चिम किनाऱ्यावर कांडला, ओखा, पोरबंदर, वेरावळ, जामनगर इत्यादी बंदरे आहेत. यातून मोठा व्यापार-उद्योग चालतो. मच्छीमारीचा उद्योगही जोरात आहे.

गुजरात राज्याच्या उत्तर सरहद्दीजवळून कर्कवृत्त जाते, त्यामुळे गुजरात मध्ये हवामानाची तीव्रता व विषमता आढळते. झाडीच्या उंच प्रदेशात हवामान थंड आहे. किनाऱ्यालगतच्या प्रदेशात तपमान कमी असून हवा आल्हादकारक व आरोग्यदायी आहे. मधल्या प्रदेशाची हवा विषम आहे.

या राज्यात सरासरी ७५ ते १२५ से. मी. पाऊस पडतो. कच्छमध्ये २० ते ४० से.मी. तर काठेवाडचा उत्तर भाग, पूर्व व दक्षिण किनारा येथे ४० ते ६० से.मी., मध्य काठेवाड, उत्तर व मध्य गुजरातमध्ये ६० ते १०० से.मी. आणि दक्षिण गुजरातमध्ये १०० ते ३०० से. मी. पाऊस पडतो.

गुजरातच्या एकूण क्षेत्रफळाच्या ९ टक्के प्रदेश जंगलाचा आहे. पंचमहाल, सुरत व डांग या भागात झाडी विरळ आहे तर गीरच्या जंगलात झाडी दाट आहे.

बांबू, साग, चंदन, पिवळ्या लाकडाचे-यलो वुड, रक्तचंदन, शिसू, खार ही झाडे इकडच्या जंगलातून विशेष आढळतात. सागाची झाडे डांगच्या जंगलात विपुल आहेत. किनारपट्टीच्या भागात नारळीची व रानखजुरीची झाडे पुष्कळ आहेत. काठेवाडचा काही भाग, छोटे व मोठे रण, या भागात गवताची विपुलता आहे. याशिवाय अन्य तऱ्हेची झाडेही जंगलात आढळतात.

जंगलाचे प्रमाण तसे कमी असले, तरी विविध प्रकारचे रानटी प्राणी पुष्कळ आढळतात. गीरचे जंगल तेथील रुबाबदार सिंहासाठी प्रसिद्ध आहे. गीरशिवाय सिंह अन्यत्र क्वचित आढळतात. चित्ता, तरस, लांडगा, सांबर, चितळ, नीलगाय, काळवीट, हरीण इत्यादी अनेक जातींची श्वापदे गुजरातच्या जंगलात आहेत. तसेच मोर, विविध प्रकारची बदके, रोहित इत्यादी पक्षीही आहेत. स्थलांतर करणारे पक्षीही गुजरातमध्ये येतात. कच्छच्या रणात व नळसरोवराच्या काठी स्पेनमधील फ्लेमिंगो पक्षी हिवाळ्यात येत असतात. रेतीच्या छोट्या ढिगातून हे पक्षी अंडी घालतात. सारस व राजहंस पक्षी लक्ष वेधून घेतात. ओखा बंदराजवळ कुंजकडी नावाचे पक्षी हिमालय, तिबेट, सायबेरियापासून

गीर-जंगलातील वनराज

येतात.

पाळीव प्राण्यात इकडील गायी, म्हशी व बैल प्रसिद्ध आहेत. पुष्कळ दूध देणाऱ्या म्हणून काठेवाडी व जाफराबादी म्हशींची फार प्रसिद्धी आहे. सौराष्ट्री तट्टे, झालवाडी गाढवे, बढियार, कांक्रेज व गीर जातीच्या दुधाळ गायी प्रसिद्ध आहेत. शेळ्या-मेंढ्या, कोंबडी, बदके आदी पशुपालनाचा व्यवसाय मोठा आहे. वाळवंटी भागात उंटाचाही उपयोग करतात. गुरे पाळण्याचा व्यवसाय प्राचीन काळापासूनचा आहे.

गुजरातच्या भूमीत खनिजांची विपुलता आहे. सौराष्ट्र व कच्छमध्ये बॉक्साईटचे व सौराष्ट्र कच्छमध्ये लिग्नाईटचे मोठे साठे आहेत. चुनखडी, अगेट, कॅलसाइट, चिनीमाती आदींचीही समृद्धी आहे. अलीकडचे अंकलेश्वर, कलोल व खंबायत भागात खनिज तेल व नैसर्गिक वायूंचे साठे मोठ्या प्रमाणावर सापडले असून तेल वर काढण्याचे काम सुरूही झालेले आहे.

गुजरात राज्याचे एकूण क्षेत्रफळ १,९६,०२४ वर्ग किलोमीटर आहे. या

प्रदेशातील लोकसंख्येचे धर्मनिहाय, वितरण तसेच साक्षरता, स्त्रीपुरुष गुणोत्तर वगैरे तपशील पुढील कोष्टकात दिला आहे.

लोकसंख्या	**मुस्लीम %**	**हिंदू%**	**शीख%**	**बौद्ध व अन्य%**
५,०६,७१,०१७	४५,९२,८५	४,५१,४३,०७	२,८४,०९	६,५०,९९७
२००१ च्या जनगणनेनुसार	९.०६	८९.०९	०.५६	१.२८

जिल्हा	**लोकसंख्या**	**जिल्हा**	**लोकसंख्या**
अहमदाबाद	७२,०८,२००	नर्मदा	५,९०,३७९
अमरेली	१५,१३,६१४	नवमारी	१३,३०,७११
आणंद	२०,९०,२७६	पंचमहाल	२३,८८,२६७
बनासकांठा	३१,१६,०४५	पाटण	१३,४२,७४६
भरुच	१५,५०,८२२	पोरबंदर	५,८६,०६२
भावनगर	२८,७७,९६१	राजकोट	३७,९९,७७०
दाहोद	२१,२६,५५८	साबरकांठा	२४,२७,३४६
गांधीनगर	१३,८७,४७८	सुरत	६०,७९,२३१
जामनगर	२१,५९,१३०	सुरेंद्रनगर	१७,५५,८७३
जुनागढ	२७,४२,२९१	तापी	८,०६,४८९
कच्छ	२०,९०,३१३	डांग	२,२६,७६९
खेडा	२२,९८,९३४	बडोदरा	४१,५७,५६८
मेहसाणा	२०,२७,७२७	वलसाड	१७,०३,०६८
एकूण लोकसंख्या	**स्त्री : पुरुष गुणोत्तर**	**साक्षरता**	**शहरी : ग्रामीण गुणोत्तर**
६,०४,३९,६९२	**९१९/१०००**	**७८.०३%**	**४३/५७**
एकूण क्षेत्रफळ	**जंगले**	**सिंचनाखालचे**	**२९ शहरे**
१,९६,०२४ कि.मी.	**१९,११३ कि.मी.**	**२९७३ हजार हेक्टर**	**१८,०६६ खेडी**

एक लाखावर लोकसंख्या असलेली एकूण २९ मध्ये गुजरातमध्ये असून त्यातील मोठे शहर अहमदाबाद (लोकसंख्या ५५,७०,५८७) आहे तर राजकोट, वडोदरा (बडोदा) आणि सुरतची लोकसंख्या अनुक्रमे १२,८६,९९५,

१६,६५,७०३ आणि ४४,६२,०७२ इतकी आहे. या राज्याची राजधानी गांधीनगर आहे. तेथील लोकसंख्या २०४,२९९ आहे या राज्याच्या विधानसभेत १८२ आमदार असतात. या राज्यातून लोकसभेच्या २६ तर राज्यसभेच्या ११ जागा आहेत.

गुजरातची प्रमुख भाषा गुजराती असून लिपी देवनागरीचेच एक वेगळे वळण आहे. या लिपीत देवनागरीची शिरोरेखा नसून काही अक्षरांच्या आकृती बदललेल्या आहेत.

गुजरातचे नामकरणही 'गुर्जर' लोकांवरून झालेले आहे. प्राचीन काळी या भूमीला 'गुर्जरमा' असे म्हणत असत. गुज्र+आत यापासून 'गुजरात' शब्द बनला अशी याची व्युत्पत्ती अलबिरूनीने सांगितली आहे. 'आत' हा अरबी भाषेतील बहुवचनी प्रत्यय आहे. त्यावरून बहुसंख्य गुज्र किंवा गुर्जर लोकांची वस्ती जेथे आहे तो प्रदेश— 'गुजरात' होय.

असा हा गुणियल गुर्जरांचा गुणवंती गुजरात !

★★★

२. साक्षी इतिहास

गुर्जर ही एक प्राचीन आर्य जाती आहे. गुर्जर लोक उत्तरेकडून स्थलांतर करीत करीत खाली दक्षिणेकडे आलेले आहे. पंजाब, राजस्थानचा प्रदेश उल्लंघून भारताच्या पश्चिम किनाऱ्यावर गुर्जर लोकांनी वसती केली.

प्राचीनकाळी अबूचा पहाड आणि श्रीमाल नगरी गुर्जर देशात होती. सातव्या शतकात सरस्वती नदीपासून उत्तरेकडे जोधपूरच्याहीवर पलीकडे गुर्जरदेश पसरलेला होता. मही नदीचे खोरे, रतलामचा काही भाग, पलीकडे गुर्जरदेश पसरलेला होता. मही नदीचे खोरे, रतलामचा काही भाग, पंचमहाल, बडोदा व खेडा हे जिल्हे या सर्व प्रदेशाला प्राचीन काळी 'मालव' असे नाव होते. खेडाला त्याकाळी 'खेटक' म्हणत असत, तर अहमदाबाद जिल्ह्याचा काही भाग 'आशापल्ली' या नावाने ओखळला जात असे. त्याच्या उत्तर दिशेला आनर्त देश होता. या देशाची राजधानी होती आनंदपूर म्हणजे वडनगर येथे. सुमारे नऊशे वर्षांपूर्वी 'गुजरात' हे नामाभिधान प्राप्त झालेल्या या भूमीचा इतिहास मात्र फार प्राचीन आहे. या भागात झालेल्या उत्खननावरून असे आढळते की, पुराणाश्म युगात मही, साबरमती व नर्मदा या नद्यांच्या काठी मानववस्ती होती. सुमारे अडीच लक्ष वर्षापूर्वीची जुनी हत्यारे तिथे सापडली आहेत. त्यानंतर मध्य अश्मयुगातील लहान लहान दगडी हत्यारे आणि मानवी हाडांचे सांगाडे सापडले आहेत. नवाश्मयुगातील हत्यारे सौराष्ट्रातील अमरेली जवळ सापडली आहेत.

लोथल

गुजरातमध्ये लोथल येथे प्राचीन संस्कृतीचे अवशेष सापडले आहेत. हडप्पा आणि मोहोंजोदडो या संस्कृतीच्या समकालीन हे अवशेष आहेत. सुमारे साडेचार हजार वर्षापूर्वीच्या इतिहासावर याने प्रकाश पडतो. लोथल खंबायतच्या खाडीजवळ होते. कदाचित पुराच्या पाण्याने ते पोटात घेतले असावे. पूर्वी तेथे

लोथल-मुद्रा

बंदरही असावे असे उत्खननात आढळलेल्या जहाजांच्या गोदामावरून अनुमान निघते. या बंदरातून मेसोपोटेमिया व सिंधूच्या किनाऱ्यावरील शहरांशी, तसेच दक्षिण गुजरातमधील लहान लहान बंदरांशी व्यापार चालत होता, असे दिसते.

लोथलच्या उत्खननावरून त्या काळच्या प्रगत नगररचनेचीही कल्पना येते. नगरीच्या दक्षिणभागी धर्मगुरू राहात असे. मध्यवर्ती भागात बाजार होता. सोन्याचे अलंकार, नाणी, मातीची रंगीत भांडी इत्यादींवरून त्या काळच्या समृद्ध जीवनाची कल्पना येते. उत्तर भागात अग्निपूजा होत असावी असे तिथे सापडलेल्या अवशेषांवरून अनुमान निघते. पश्चिमेकडल्या अवशेषांवरून त्या भागात कारागिरांचे कलाकुसरीचे कारखाने असावेत असे दिसते. घरे व्यवस्थित बांधणीची, स्नानगृहे आदी सोयींनी युक्त होती. रस्ते रुंद होते. या अवशेषांवरून तत्कालीन सिंधू-संस्कृती सिंधपासून खाली काठेवाडपर्यंत पसरलेली दिसते.

कालाच्या उदरात लोथल नगरी व संस्कृती लुप्त झाली, पण तत्कालीन उद्यमशीलता व वणिक वृत्तीचा वारसा मात्र भावी गुजरातला मिळालेला स्पष्ट दिसतो.

विश्वामित्री नदीच्या काठीही काही प्राचीन अवशेष सापडले आहेत. गुजरात प्रदेशात सापडलेल्या रोमन नाण्यांवरून व मातीच्या विशिष्ट भांड्यांवरून प्राचीन काळी भारताचा रोमशी फार मोठा व्यापार चालत असे हे सिद्ध होते.

कुश

उत्तरेकडून आर्य येण्यापूर्वीपासूनच गुजरातच्या भूमीवर कुश नावाच्या जमातीने वस्ती केलेली होती. हे कुश समर्थ, साहसी व व्यवहारकुशल होते. पुराणातील उल्लेखांवरून असे दिसते की, जरासंधाच्या आक्रमणामुळे श्रीकृष्णाने मथुरेची राजधानी कुशस्थळी येथे आणली. हीच कुशस्थळी पुढे द्वारका म्हणून प्रसिद्धीस आली. कुशस्थळी ही नगरी कुशांनी वसवली होती. या कुश लोकांची संतती म्हणजेच ऋग्वेदात वर्णिलेले 'पणी' लोक, असे तज्ज्ञांचे मत आहे. हे पणी लोक मोठे व्यवहारकुशल होते. ते समुद्रमार्गे परदेशांशी व्यापार करीत असत. नौकानयनात ते पारंगत होते. गुजरातला लाभलेली वणिकवृत्ती पणींच्याकडून

मिळालेली आहे. पणी शब्दावरूनच वणिक शब्द बनलेला आहे.

शर्याती-आर्य

कुशांच्या नंतर शर्यातीच्या कुलगोत्राचे जे आर्य लोक होते, त्यांनी या प्रदेशात येऊन वस्ती केली. त्यांनी या प्रदेशाला 'आनर्त' असे नाव दिले. महाभारत, भागवत, बृहत्संहिता आदी प्राचीन ग्रंथात आनर्ताचा उल्लेख आढळतो.

सुकन्या नावाची शर्यातीची मुलगी ही च्यवनाची पत्नी होती. च्यवन हा भृगुकुलोत्पन्न होता. सध्याचे भडोच म्हणजे प्राचीन काळचे भृगुकच्छ होय. येथेच भृगूंचे वास्तव्य होते. भृगुकुळातील उशना किंवा शुक्राचार्य हा असुरांचा पुरोहित होता. त्याच्याच पौराहित्याखाली बळीराजाने भृगुकच्छ येथे एक यज्ञ आरंभिला होता. बळी हा असीरियामधून असुरांची जी टोळी समुद्रमार्गे येऊन भारताच्या पश्चिम किनाऱ्यावर उतरली, तिचा नेता होता. भृगूंच्या म्हणजेच भार्गवांच्या साहाय्याने बळीने येथे एका प्रबळ राज्याची स्थापना केली.

हैहय

कालांतराने हैहय वंशातील महापराक्रमी अशा सहस्त्रार्जुन नावाच्या राजाने गुजरात प्रदेश जिंकून त्यास 'अनुपदेश' असे नाव दिले. हैहय लोक शूर, पराक्रमी पण रानटी, व असंस्कृत प्रवृत्तीचे होते. सहस्त्रार्जुनाने अनुपदेशाचे साम्राज्य बनविले. त्यांनी सौराष्ट्र जिंकून पश्चिम सागरावरही प्रभुत्व मिळविले. पंजाबपासून दक्षिणेस लंकेपर्यंत त्याचा दरारा निर्माण झाला होता. अनेक लहान लहान राजांना त्याने आपले मांडलीक बनविले होते. हाती आलेल्या अफाट सत्तेमुळे तो इतका उन्मत्त झाला की, जगदग्नीसारख्या ऋषीचाही त्याने शिरच्छेद केला. आपल्या पित्याचा वध केल्यामुळे जमदग्नीचा पुत्र परशुराम यांनी आपल्या पराक्रमी परशूने सहस्त्रार्जुनाला ठार केले. हैहयांची आणखी एक राजधानी असलेल्या माहिष्मती नगरीचा विध्वंस करून टाकला. परशुरामाने सारा अनुपदेश देखील जिंकला. पुढे श्रीकृष्णाने द्वारकेस नवे राज्य स्थापले आणि हा सर्व प्रदेश आर्यावर्ताचा भाग बनला.

यौधेय

इसवी सनापूर्वी ५०० च्या सुमारास या प्रदेशात यौधे यांची अनेक गणराज्ये निर्माण झाली. हा मानवगण पाणिनीच्या काळातच उदय पावला असावा. हे लोक प्रथम पूर्व पंजाबात सतलजच्या तीरावर वसलेले होते. तिथून ते मुलतानमार्गे सिंध व सौराष्ट्र या प्रदेशात आले. या गणाला पाणिनीने 'आयुधजीवी संघ' म्हणजे शस्त्रांच्या साहाय्याने उपजीविका करणारा गण, असे म्हटले आहे.

हे यौधेय उशीगर राजाचे वंशज होते. हे व्यापारात कुशल, साहसी आणि व्यवहारदक्ष होते. कालांतराने शक महाक्षत्रप रुद्रदामन या राजाने यौधेयांवर आक्रमण करून त्यांचा पराभव केला. इसवी सनपूर्व चौथ्या व तिसऱ्या शतकात या भागांवर मौर्य वंशातील राजांनीही सत्ता गाजवली होती. सम्राट चंद्रगुप्ताने हा प्रदेश जिंकला. पुढे सम्राट अशोकाने या प्रदेशावर राज्य केले. गिरनार पर्वतावर अशोकाने खोदलेला शिलालेख आजही सुरक्षित आहे. त्या काळातच भगवान बुद्धही गुजरातच्या भूमीत आले होते. गिरनारच्या पायथ्याशी असलेल्या बुद्ध-लेण्यांवरून याची साक्ष मिळते. इसवी सनाच्या पहिल्या शतकात शक क्षत्रप नहपान याने डांगपासून सौराष्ट्रपर्यंत सत्ता स्थापिली होती. या वंशातील रुद्रदामन या महापराक्रमी राजाने अपरांत व सौराष्ट्र या प्रदेशांवर आपली सत्ता प्रस्थापित केली होती. गिरनार पर्वतावर याचेही शिलालेख आहेत.

यानंतर शंभर-दीडशे वर्षे दक्षिण-गुजरातवर आभिरांनी राज्य केले. हे पहिल्या शतकापासून सौराष्ट्राचे रहिवासी होते.

मैत्रक

आभिरांच्यानंतर इसवी सनाच्या पाचव्या शतकात गुजरात हा गुप्त साम्राज्याचा एक भाग बनला. स्कंदगुप्ताचा राजप्रतिनिधी परणदत्त हा गिरीनगर येथून सौराष्ट्राचा कारभार करीत होता. स्कंदगुप्ताच्या मृत्यूनंतर परणदत्ताचा एक सेनाधिकारी भट्टार्क मैत्रक याने सौराष्ट्रातील वल्लभी येथे आपले स्वतंत्र राज्य स्थापन केले. मैत्रक हा स्वत: मोठा पराक्रमी राजा होता. त्याने गुजरातबरोबरच माळव्यावरही आपले वर्चव्य प्रस्थापित केले होते. वल्लभी या आपल्या राजधानीचे वैभव त्याने सर्व बाजूंनी वाढविले. वल्लभी ही समुद्रकाठची तत्कालीन मोठी व्यापार पेठ होती व शंभर लक्षाधीश व्यापारी तिथे होते. नालंदासारखे एक विद्यापीठही त्याने तेथे स्थापन केले होते. तो स्वत:ला गुप्तांचा मांडलीक म्हणवून घेत असे.

मैत्रक वंशातील सहावा राजा गुहसेन गुप्त साम्राज्यापासून स्वतंत्र झाला आणि स्वतंत्रपणाने राज्य करू लागला. त्याचे राज्य इ.स. ७६६ पर्यंत चाल होते.

मैत्रकांच्या ठावठिकाणाविषयी विद्वानात एकमत नाही. कोणी त्यांना परदेशी, कोणी सूर्योपासक, कोणी क्षत्रिय, तर कोणी व्रात्य वैश्य मानतात. परंतु असे जरी असले तरी ते शैव होते आणि तरीही त्यांनी बौद्धांना उदारपणाने वागविले. त्यांच्या राजवटीतच एका वल्लभी नगरीतच शंभर बौद्ध-मठ स्थापन झाले. ते महान पराक्रमी होते, हे सर्वसामान्य आहे. ते आर्य असोत-नसोत, त्यांनी या भूमीतले आर्य संस्कार आत्मसात केले व आर्यत्व पत्करले हे खरेच.

प्रतिहार

ज्या गुर्जर लोकांवरून गुजरात हे नाव ह्या प्रदेशास मिळाले, त्यांच्यातील इ.स. प्रतिहार घराण्याचे राज्य हरिचंद्र नावाच्या पुरुषाने इ.स. ५५० मध्ये राजपुतान्यात स्थापिले. त्यावेळी राजपुतान्यास गुर्जर म्हणत असत. त्याची उत्तर सरहद्द जोधपूरपर्यंत होती व दक्षिण सीमा सरस्वती नदी होती. पुढे हे गुर्जर प्रतिहार पूर्वेस माळव्यात व दक्षिणेस लाटपर्यंत पसरले. लाट देशावर इ.स. ५८० पासून ७३५ पर्यंत प्रतिहारांनी राज्य केले. त्यांची राजधानी नांदीपूर येथे होती.

चालुक्य

सातव्या शतकात चालुक्य राजा पुलिकेशी याने लाट, मालव व गुर्जर हे देश जिंकले होते. ऐहोळ येथल्या शिलालेखापासून ही माहिती मिळते. चालुक्य वंशातील जयसिंह वर्मा नावाच्या राजाने इ.स. ६९३ पर्यंत नवसारी येथे राज्य केले. आठव्या शतकात काही काळ खेटकमंडळापर्यंतचा प्रदेश, म्हणजेच आजचा खेडा जिल्हा, चालुक्यांच्या साम्राज्यात होता. काही दिवसांनी या प्रदेशावर अरबांनी आक्रमण केले आणि कच्छ, सौराष्ट्र व गुजरात हे प्रदेश जिंकले. अरबांच्या या आक्रमणास उज्जैनीच्या प्रतिहारांनी यशस्वीपणे तोंड दिले आणि लाट देशावर आपली सत्ता प्रस्थापित केली.

इसवी सन ७५० च्या सुमारास राष्ट्रकूट राजा दंतिदुर्ग याने प्रतिहारांचा पराभव करून लाट, खेटक व मालव हे प्रदेश जिंकले.

इ.स. ७८० च्या सुमारास उज्जैनीच्या वत्स राजाने राष्ट्रकूटावरून हा प्रदेश जिंकून घेतला व गुर्जर देशावर आपली सत्ता प्रस्थापित केली.

नवव्या शतकात सर्व गुर्जर देश मिहिरभोज याच्या साम्राज्याचा एक भाग बनला.

दहाव्या शतकात राष्ट्रकूटांनी गुर्जर देशावर दोन स्वाऱ्या केल्या, त्यामुळे गुर्जर साम्राज्याने दोन तुकडे झाले. राष्ट्रकूट राजा तिसरा कृष्ण याने गुर्जर देश जिंकला. त्याचा प्रतिनिधी म्हणून दुसरा शियाक नावाच्या परमार राजाने सरस्वती नदीच्या दक्षिणेकडील सर्व गुजरात प्रदेश जिंकला. हे परमार घराणे गुर्जर देशातले असून नवव्या शतकात प्रतिहारांचे मांडलिक होते. धार ही शियाक राजाची राजधानी होती. शियाक राजाचा पुत्र वाक्पतिमुंज याने उत्तर गुजरातमध्ये साम्राज्य स्थापन केले. त्याने लाट देशही जिंकला होता. तो केवळ पराक्रमीच नव्हता, तर कवी आणि कवींचा आश्रयदाताही होता. इ.स.९९६ मध्ये कर्नाटकाधिपती तैलप याने यास पकडून ठार मारले.

चावडा

मैत्रकांचा पराजय झाल्यावर त्यांच्या अंकित असलेले सुभेदारही स्वतंत्र झाले. त्यापैकी चावडा हे एक होता. या वंशाचा आद्य संस्थापक होता वनराज चावडा. त्यांनी पाटणच्या आसपास उत्तर गुजरातमध्ये अनेक ठिकाणी राज्य केले. वल्लभीचे राज्य अस्तास गेल्यावर वनराज चावडा याने अणहिलपूर पाटण ही नगरी वसवली. आजही पाटण नावाने ती प्रसिद्ध आहे. चावडा वंशाने तेथे बराच काळ आपली राजधानी ठेवली होती. तत्कालीन राजधानीचे ऐतिहासिक अवशेष तेथे आढळतात. वनराज चावडाने ही नगरी वसवली, त्याबद्दल एक ऐतिहासिक दंतकथा प्रचलित आहे

सुमारे बाराशे वर्षापूर्वी, आज ज्याला राधनपूर म्हणतात, तो प्रदेश पंचासर या नावाने ओळखला जात असे. या प्रदेशावर जयशिखरी नावाच्या राजाचे राज्य होते. या जयशिखरी राजाला आपला मांडलिक बनविण्यासाठी दक्षिणेतील भूवड नामक राजाने त्याच्यावर आक्रमण केले. त्या वेळी जयशिखरी राजाचा साडू सुरपाल हा त्याचा सेनापती होता. जयशिखरी आणि सुरपाल यांनी या आक्रमणाचा मोठ्या शौयाने प्रतिकार केला. परंतु भूवड राजाच्या अफाट सेनेपुढे त्यांना टिकाव धरणे कठीण झाले. पराभव अटळ आहे असे दिसताच, जयशिखरी राजाने आपली गर्भवती राणी रूपसुंदरी हिला सेनापती सुरपाल याच्याबरोबर जंगलाचा आश्रय घेण्यास सांगितले. राजाज्ञेनुसार सुरपाल रूपसुंदरीला घेऊन छुप्या मार्गाने जंगलात निघून गेला.

जयशिखरी राजाने मोठ्या शौर्याने बराच काळ शत्रूशी झुंज दिली, पण अखेरीस तो या लढाईत मारला गेला. भूवड राजाने पंचासरवर विजय मिळवला. तेथील कारभार पाहण्यासाठी आपला एक सुभेदार नेमून तो कल्याणीकडे निघून गेला.

इकडे रूपसुंदरी प्रसूत झाली आणि तिला मुलगा झाला. त्या मुलाचा जन्म वनात झाला म्हणून त्याचे नाव 'वनराज' असे ठेवण्यात आले.

वनराज मोठा झाला, तेव्हा त्याने आपल्या पित्याच्या पराभवाचा व मृत्यूचा सूड घेण्याची प्रतिज्ञा केली. त्याने जंगलात गुरेढोरे पाळून गुजराण करणाऱ्या भरवाड जातीच्या लोकांना एकत्र केले. त्यांना युद्धाचे शिक्षण दिले आणि भूवडच्या सुभेदारावर हल्ला करून त्याला पराजित केले. पित्याचे गेलेले राज्य परत मिळवले. वनराजाचा एक बहादूर भरवाड शिपाई होता. त्याचे नाव अणहिल असे होते. त्याच्या स्मरणार्थ आपल्या राजधानीचे नाव अणहिलपूर पाटण असे ठेवले.

सोळंकी

चावडा वंशातील आठ राजांनी बराच काळ गुजरातवर राज्य केले. चावडा वंशातील अखेरचा राजा सामंतसिंह नावाचा झाला. या राजाला संतान नव्हते म्हणून त्याने आपला भाचा मूळराज सोळंकी याला दत्तक घेतले. इसवी सन ९४२ मध्ये राज्यलोभाने मूळराज सोळंकी याने आपल्या मामाचाही वध केला आणि तो पाटणच्या गादीवर बसला. या पापकृत्याचे प्रायश्चित म्हणून याने सिद्धपूर येथे रुद्रमहालय बांधण्यात सुरुवात केली. परंतु त्याच्या हयातीत ती वास्तू पूर्ण झाली नाही. पुढे त्याच्या वंशजांनी ती पूर्ण केली. परंतु मुसलमानी आक्रमकांनी तिचा विध्वंस केला. सिद्धपूरमध्ये आजही रुद्रमहालयाचे छिन्नविछिन्न अवशेष इतस्त: विखुरलेले दिसतात.

मूळराज सोळंकी हा मोठा कर्तबगार राजा होता. त्याने महेसाणा, साबरकांठा आणि बनासकांठा हा दक्षिणेकडील प्रदेश जिंकून घेतला आणि सरस्वतीच्या तीरावरील अणहिलवाड येथे आपली राजधानी स्थापली. मूळराजाचे राज्य लहान होते, परंतु त्याने आपली राज्यव्यवस्था आदर्श ठेवली होती. मूळराजा विद्या आणि कलांचा भोक्ता होता. तसेच कर्णासारखे औदार्यही त्याच्या ठायी होते. त्याच्याविषयी एका दानपत्रात 'सतत दानधर्म करीत राहिल्यामुळे मूळराजाचे हात सदैव ओले असत' असा गौरवपर उल्लेख आढळतो. मूळराजाच्या राजवटीत अणहिलवाड हे पश्चिम भारतातील एक महत्त्वाचे संस्कृती केंद्र म्हणून नावारूपाला आले होते. आपल्या राज्यातील विद्याध्ययनाची परंपरा अबाधितपणे अखंड चालावी म्हणून त्याने माळवा व कनौज येथून कितीतरी पंडित आणि विद्वान ब्राह्मण गुजरातमध्ये आणले आणि त्यांच्या योगक्षेमाची व्यवस्था करून दिली. याच विद्वान ब्राह्मणांचे वंशज औदित्य ब्राह्मण या नावाने हल्ली गुजरातमध्ये प्रसिद्ध आहेत. कितीतरी ब्राह्मण व जैन ग्रंथकारांनी याच्या आश्रयाखाली राहून विविध ग्रंथावर टीका, भाष्ये लिहिली आणि मौलिक साहित्यरचना केली. या काळात अपभ्रंश भाषेतही पुष्कळ ग्रंथरचना झाली. याच मूळराजाने सोमनाथाची प्रतिष्ठापना केली. मूळराजाचे राज्य 'सारस्वत मंडळ' या नावाने ओळखले जात होते. या वंशातील राजा भीम याच्या कारकिर्दीत गझनीचा सुलतान महमूद याने सोमनाथावर स्वारी केली आणि सोमनाथचे मंदिर उद्धवस्त करून टाकले. परंतु भीम राजाने पुन्हा ते बांधून काढले. सोळंकी राजाच्या कारकिर्दीतच पाषाणावरील कलाकौशल्य व नक्षीकाम यांना चालना मिळाली. गुजरातमध्ये पाषाणावरील नक्षीकाम ठिकठिकाणी बऱ्याच प्रमाणात पाहावयास मिळते. आपली राणी उदयामती

हिच्या आग्रहावरून भीम राजाने पाटण येथे एक मोठी बाव तयार केली होती. आजही ती 'राणींनी बाव' या नावाने पाटण येथे पाहावयास मिळते. या बावेवरची नक्षी आणि तिची सुंदर घडण यावरून गुजरातीमध्ये एक म्हणच प्रचलित झालेली आहे.

राणी नी बाव ने दामोदर कुवो
जेणे ना जोयो ते जीवतो मूवो ।।

- राणीची बाव आणि दामोदर विहीर ज्याने पाहिली नाही तो जिवंत असून मेल्यासारखा होय.

भीम राजाच्या पश्चात त्याचा मुलगा कर्णदेव हा इ.स.१०६४ मध्ये गादीवर आला. कर्णदेव राजाने भिल्लांचा पराभव करून कर्णावती नावाची नगरी वसवली. आज या नगरीचे नामोनिशाण नाही. परंतु अहमदाबादजवळच ती कोठेतरी असावी असा तर्क आहे. कर्णदेव राजाचा मृत्यू झाला त्यावेळी सिद्धराज लहान होता, म्हणून मीनळदेवीने राज्य संभाळले.

सिद्धराज हा सोळंकी वंशातला एक श्रेष्ठ राजा मानला जातो. याने गुजरातची सीमा आनर्त प्रदेश, भडोचच्या बाजूचा लाट प्रदेश, सौराष्ट्र कच्छ-उज्जैन आणि अजमेर येथपर्यंत नेऊन बराच राज्यविस्तार केला होता. त्यामुळे त्याला जयसिंह सिद्धराज असे नाव मिळाले.

जयसिंहाने पाटण येथे सहस्त्रलिंग तलाव खोदला होता. तलावाच्या चाहोबाजूंनी एक हजार शिवमंदिरे बांधली होती. या विषयी एक लोककथा प्रचलित आहे :

जसमा नावाची एक रूपवती ओडण, म्हणजे ओड जातीची स्त्री, आपल्या पतीबरोबर तलाव खोदण्यासाठी येत असे. जसमा ओडणच्या रूपावर राजा सिद्धराज मोहित झाला. जसमाला आपली राणी बनवण्याचा त्याने पुष्कळ प्रयत्न केला. परंतु जसमा तयार झाली नाही. सिद्धराजने जसमाच्या पतीचा आणि दुसऱ्या ओडणांचा वध केला. जसमा आपल्या पतीबरोबर सती गेली. तिने राजाला शाप दिला की, "तू नि:संतान राहशील आणि तू खोदलेला तलाव कधीही पाण्याने भरणार नाही." ही लोककथा आजही गुजरातमध्ये फार प्रसिद्ध आहे. त्या लोककथेवर आधारित नाटके रचिली गेली आहेत. भवाईसारखी लोकनाट्येही लिहिली आहेत. जसमाच्या शापाने की, अन्य कशाने कोणास ठाऊक, पण सिद्धराजाला संतान झाले नाही. आणि सहस्त्रलिंग तलावसुद्धा पाण्याने कधी भरला नाही.

जयसिंह सिद्धराजाविषयी गुजरातमध्ये आणखीही अनेक दंतकथा प्रचलित आहेत.

असे सांगतात की, जयसिंहाला एक भूत वश होते. त्याचे नाव होते बाबरा. वस्तुत: बाबरा हा एक माणूसच होता. सिद्धपूरच्या ईशान्येस ज्या बर्बर टोळ्यांची वस्ती होती, तिचा बाबरा हा राजा होता. आपल्या भोवतालच्या प्रदेशावर अचानक धाड घालून लूटमार करणे हा बाबराचा उद्योग होता. त्याची धाड केव्हा पडेल याचा काही नेम नव्हता. वळवाच्या पावसासरखा तो अचानक येऊन झोडपून जाई. त्यामुळेच त्याला 'बाबर्योभूत' म्हणत असत. तर एकदा त्याने अशीच अचानक धाड घालून रुद्रमहालय हे मंदिर लुटले आणि उद्ध्वस्त करून टाकले. जयसिंह राजाला हे सहन झाले नाही. तो संतापला आणि त्याने बाबऱ्यावर हल्ला केला. दोघांचे द्वंद्वयुद्ध जुंपले. त्यात बाबऱ्याच्या छाताडावर बसून जयसिंहाने त्याला ठोश्यांनी बुकलून काढले. या माराने बाबऱ्या रक्त ओकू लागला. बाबऱ्याचा जीव जाण्याची वेळ आली पण तेवढ्यात पिंगलिका नावाची बाबऱ्याची बायको तेथे आली. तिने हात जोडून आणि पदर पसरून जयसिंहाकडे बाबऱ्याला जीवदान मागितले. पिंगलिकेच्या प्रार्थनेने जयसिंहाचे मन विरघळले. त्याने बाबऱ्याला जीवदान दिले. हा उपकार स्मरून बाबरा हा पुढे जयसिंहाचा विश्वासू अंगरक्षक बनला.

मूळराजाप्रमाणे जयसिंह सिद्धराजानेही आपल्या कारकिर्दीत कलाकारांना व पंडितांना उदार आश्रय दिला. त्यांच्यासाठी त्याने पाटणच्या सहस्त्रलिंग तलावाच्या काठी सतशाला व मठ बांधून दिले. अध्ययन- अध्यापनाची व्यवस्था केली. काव्यशास्त्राविनोदाच्या चर्चा होऊ लागल्या. तिथे होणाऱ्या तात्त्विक वादविवादांच्या वेळी राजा स्वत: उपस्थित राहात असे. माळवा जिंकून परत येताना त्याने माळव्याचा राजा यशोवर्मा याला जसे कैद करून आणले तसेच त्याचे प्रचंड ग्रंथालयही उचलून आणले. ह्या घटनेवरून त्याच्या सहिष्णू वृत्तीबरोबरच त्याची ज्ञानलालसा दिसून येते. याने आपल्या कारकिर्दीत गुजरातची कीर्ती दिगंत केली.

जयसिंह सिद्धराजाच्या पश्चात कुमारपाल नावाचा त्याचा एक पुतण्या पाटणच्या सिंहासनावर बसला. कुमारपालच्यावेळी गुजराती भाषेला स्वतंत्र रूप येऊ लागले होते. प्रख्यात जैन पंडित हेमचंद्र हा कुमारपाल राजाचा मार्गदर्शक गुरू होता. कुमारपालने बऱ्याच लढाया मारल्या. जयसिंह सूरी नावाच्या एका जैन कवीने 'कुमारपाल चरित' नावाचे एक काव्य त्याच्यावर रचले आहे. कुमारपालाच्या वेळी गुजरातची दक्षिण सीमा दमणगंगा ही नदी होती. कुमारपालानंतर

भीमदेव राजा गादीवर आला. या भीमदेवाच्या कारकिर्दीतच मुसलमानी आक्रमण गुजरातवर झाले.

वाघेल

१२४१ साली भीमदेव हा सोळंकी वंशातील अखेरचा राजा मरण पावल्यावर गुजरातमध्ये वाघेल घराण्याची सत्ता सुरू झाली. कुमारपाल राजाने आपला मावस भाऊ अरुणराज याला वाघेर वगैरे गावांची जहागिरी दिली होती. अरुण राजाचा पुत्र लवणप्रसाद हा भीमदेवाचा प्रधान होता. तोच पुढे अणहिलवाडचा राजा झाला. त्याचा पुत्र वीरधवल याच्या राजवटीत वस्तुपाल व तेजपाल नावाच्या दोन जैन प्रधानांनी गिरनार व अबू या पर्वतावर अनेक जैन मंदिरे बांधली. वीरधवल आणि वीसलदेव यांच्या कारकिर्दीत गुजरात बराच समृद्ध बनला. वीसलदेवाने डभोई येथे सुंदर इमारती बांधल्या.

वाघेला वंशातील अंतिम राजपूत राजा कर्ण वाघेला झाला. इतिहासात हा किरणघेला या नावाने प्रसिद्ध झाला. या राजाने तेराव्या शतकाच्या अखेरपर्यंत गुजरातवर राज्य केले. किरणघेलाच्या कारकिर्दीतच अल्लाउद्दीन खिलजीने प्रचंड सैन्य घेऊन आक्रमण केले आणि गुजरातचे राज्य जिंकले. गुजरातेत तेव्हापासून मुसलमानी राजवट सुरू झाली.

मुसलमानी अंमल

तेराव्या शतकाच्या अखेरीस इ. स. १२९८ मध्ये, अल्लाउद्दीन खिलजीने माळवा जिंकून घेतला आणि अणहिलवाड पाटणवर स्वारी केली. जाळपोळीने आणि लुटालुटीचे तंत्र अवलंबीत अल्लाउद्दीनची धर्मांध सेना धुमाकूळ घालीत आली. अल्लाउद्दीनचा सेनापती अल्लाखान याने पाटणवर आपला विजयध्वज रोवला. सुलतानशाही सुरू झाली. राजकीय क्षेत्रावर नव्हे, तर धार्मिक, सांस्कृतिक क्षेत्रातही उच्छेद मांडला. जबरदस्तीने धर्मान्तरे होऊ लागली. मंदिरे पाडण्यात येऊन तिथे मशिदी उभारण्यात आल्या. श्रद्धास्थाने भ्रष्ट करण्यात आली.

उलुफखान नावाच्या अल्लाउद्दीनाच्या दुसऱ्या सेनापतीने पश्चिमेकडे हल्ला चढवून हिंदूंचे पवित्र सोमनाथ मंदिर पुनश्च छिन्नविछिन्न करून टाकले. जुने किल्ले जिंकून जमीनदोस्त करून टाकले.

गुजरातमध्ये अल्लाउद्दीन खिलजी व त्याच्यानंतर मुहम्मद तुधलक यांची राजवट इ.स. १४०७ पर्यंत चालली. त्यानंतर गुजरातमधील सुलतान केंद्रीय सत्तेपासून स्वतंत्र बनले आणि त्यांनी आपापली स्वतंत्र राज्ये स्थापन केली.

सुमारे साडेपाचशे वर्षांपूर्वी अहमदशाह सुलतान मुलूख पादाक्रांत करीत

साबरमतीच्या काठी आला आणि कर्णावती नगरीत त्याने राज्यस्थापना केली. कर्णावतीचा त्या काळापासून पुष्कळच विकास झाला. स्थापत्यकलेचे अनेक उत्कृष्ट नमुने उभे राहिले आणि कर्णावती नगरी बघता बघता अहमदाबाद शहरात रूपांतरित झाली. तेथूनच अहमदाबाद शहर गुजरात प्रदेशाची राजधानी म्हणून प्रसिद्धीस आले.

सुलतान अहमदशाहाने १४११ ते १४२२ पर्यंत सत्ता गाजवली. मध्यंतरीच्या काळात लहान, मोठे असे पंधरा सुलतान झाले. सुमारे १६६ वर्षे गुजरातवर सुलतानी अंमल होता. इ.स. १४५१ मध्ये सुलतान कुतुबुद्दीन याने अहमदाबाद शहराच्या बाहेर सुमारे ७६ एकर भूमीवर 'हौजे कुब्त' नावाचा तलाव निर्माण केला. हल्ली तो 'कांकरिया झील' या नावाने प्रसिद्ध आहे.

महमूद बेगडा नावाच्या सुलतानाचे इ.स. १४५८ ते १५११ पर्यंत राज्य केले. महमूद बेगडा याने वात्रक नदीच्या काठी 'महमूदाबाद' नावाचे शहर वसविले. तेच आज महेमदा या नावाने प्रसिद्ध आहे. महमूद बेगडाने आपले वास्तव्य महमूदाबाद येथेच ठेवले होते. उन्हाळ्याच्या त्रासापासून सुटका व्हावी यासाठी त्याने तेथे शीतगृहे आणि चक्राकार विहिरी बनविल्या. गुजरातमध्ये आजही चक्रकार विहिरी प्रसिद्ध आहेत. त्यांना गुजरातमध्ये 'भंमरिया कुवो' असे म्हणतात. या विहिरीवर लोकगीते रचलेली आहेत. महमूद बेगडा हा कर्तबगार, शूर शासक होता. त्याने गिरनार आणि चांपनेर येथील राजपूत राजांचा पराभव करून ते दोन्ही प्रवेश आपल्या ताब्यात घेतले. पुढे त्याने आपली राजधानी चांपानेर येथेच हलवली. महमूद बेगडा याला मोठमोठ्या इमारती बांधण्याचा आणि सुंदर बगीचे तयार करण्यात शौक होता. सरखेज, अहमदाबाद, चांपानेर, इत्यादी ठिकाणी त्याने बांधलेल्या इमारती आजही दृष्टीस पडतात. सरखेज येथे बांधलेला रोजा आणि अहमदाबाद येथील दहियाखानका गुम्बज ह्या इमारती स्थापत्यशास्त्राच्या दृष्टीने महत्त्वाच्या असून प्रेक्षणीय आहेत.

महमूद बेगडाने ५४ वर्षाहून अधिक काळ राज्य केले. त्याच्या कारकीर्दीत गुजरातमध्ये शांती आणि समृद्धी नांदली. अन्य सुलतानांनी धर्माच्या नावाखाली जशी लुटालूट करून व जाळपोळ करून अशांती माजवली तशी स्थिती याच्या कारकिर्दीत राहिली नाही. मुस्लीम स्थापत्यकलेचा विकासदेखील याच्याच कारकिर्दीत झालेला आढळतो. म्हणूनच महमूद बेगडाच्या राजवटीला गुजरातमध्ये सुवर्णयुग म्हटले जाते.

इ. स. १५०० नंतर पोर्तुगीजांनी गुजरातच्या किनाऱ्यावरील दीव, दमण

वगैरे ठिकाणे काबीज केली होती. ती भारताच्या स्वातंत्र्यानंतर गोवा मुक्तीबरोबरच मुक्त झाली.

मोगल

इ.स.१५७३ मध्ये अकबर बादशहाने गुजरातवर आपली सत्ता प्रस्थापित केली. गुजरातमधील स्वतंत्र सुलतानांच्या राजवटीचा अंत झाला. तेथून मोगली सत्ता झाली. या काळात गुजराती भाषा, साहित्य, शिल्प, स्थापत्य, इत्यादी क्षेत्रात वैशिष्ट्यपूर्ण प्रगती होत होती. गुजरातचा भक्त कवी नरसी आणि भालण याच काळात होऊन गेले.

अकबर, जहांगीर, शहाजहाँ या मोगल शासकांच्या काळात गुजरातमध्ये शांती नांदली. सुरत आणि घोघा ह्या बंदरांचा विकास झाला. लहान मोठी सुमारे ८४ बंदरे त्या काळी गुजरातच्या किनाऱ्यावर होती. अहमदाबाद शहराचाही विकास या काळी होत होता. हुमायून, अकबर, जहांगीर, शहाजहान आणि औरंगजेब हे मोगल बादशहा गुजरातमध्ये येऊन राहिले होते. औरंगजेबाचा जन्म गुजरातमधील दोहोद येथेच झाला होता.

मोगलांच्या वेळी जमीन महसूल लागू करण्यासाठी राजा तोडरमल हाही गुजरातमध्ये आला होता.

जहांगीर बादशहा इ.स. १६१८ मध्ये ज्यावेळी अहमदाबाद येथे येऊन राहिला होता, त्याचवेळी इंग्लंडचा राजा दुसरा जेम्स याने सर टॉमस रो याला आपला प्रतिनिधी म्हणून जहांगीरच्या मुलाखतीसाठी पाठविले होते. या मुलाखतीच्या वेळीच जहांगीराने इंग्रजांना येथे व्यापार करण्याची परवानगी दिली. त्यामुळेच इंग्रजांनी अहमदाबाद, सुरत आणि खंबायत येथे आपल्या व्यापारी वखारी उघडल्या आणि तेव्हापासूनच गुजरातवर इंग्रजांचा प्रभाव पडला. जहांगीराच्या बरोबर नूरजहानही अहमदाबादला आली होती आणि कांकरिया तलावात त्यांनी नौकाविहार केला होता, असा उल्लेख आढळतो.

मराठे

मोगलांचे राज्य गुजरातवर सुमारे १८५ वर्षे होते. औरंगजेबाच्या मृत्यूनंतर गुजरातवर मराठ्यांनी आक्रमण केले. सरदार गायकवाड यांनी गुजरात आणि सौराष्ट्रावर आपली सत्ता प्रस्थापित केली. गुजरातमधील लहान लहान राजांनीही आपली स्वतंत्र राज्ये स्थापन केली. इ.स.१७५३ मध्ये अहमदाबादवर मराठ्यांची सत्ता स्थापन झाली होती. इ.स.१७५७ मध्ये प्लासीच्या लढाईत इंग्रजांचा विजय झाला आणि ब्रिटिश साम्राज्याचा पाया घातला गेला.

ब्रिटिश

ब्रिटिशांने राजवट सुरू झाल्यावर १८५७ साली क्रांतीचा उठाव झाला. परंतु इंग्रजांनी तो उठाव मोडून काढला. ईस्ट इंडिया कंपनीच्या हातातली सत्ता ब्रिटिश पार्लमेंटने आपल्या हातात घेतली. व्हिक्टोरिया राणीचा अंमल भारतावर सुरू झाला; भारतभर असलेली लहान-मोठी देशी राज्ये इंग्रजांची मांडलीक बनली. गुजरातेत देखील गायकवाड आणि इतर यांची लहान लहान संस्थानी राजवट सुरू झाली.

१८८५ साली काँग्रेसची स्थापना झाल्यावर गुजरातमध्येही स्वातंत्र्याचे वारे वाहू लागले. १८८४ सालीच अहमदाबादचे 'गुजरात व्हर्नाक्यूलर सोसायटी' स्थापन झाली होती. या सोसायटीच्यामार्फत लोकजागृतीचे व सामाजिक सुधारणांचे काम करण्यासाठी मुंबईहून 'मुंबई समाचार' आणि 'अहमदाबाद वर्तमान' ही वृत्तपत्रे गुजराती भाषेत प्रसिद्ध होऊ लागली.

स्वातंत्र्य-लढा

स्वातंत्र्याच्या आंदोलनात गुजरात सदैव आघाडीवर राहिलेला आहे. आधुनिक भारताचे राष्ट्रपिता महात्मा गांधी यांचा जन्म २ ऑक्टोबर १८६९ रोजी गुजरात

मधील पोरबंदर येथे झाला. भारताच्या स्वातंत्र्यलढ्यात गांधीजींनी आपले एक पर्वच निर्माण केले होते. सत्य, अहिंसा आणि सत्याग्रह हे त्यांचे तत्त्वज्ञान गुजरातने पूर्णपणे आत्मसात केले. गांधीजींच्या पाठीशी सारा गुजरात उभा राहिला. गांधीजींनी आपला पहिला 'स्वराज्य आश्रम' अहमदाबाद शहराजवळ साबरमी येथेच स्थापन केला होता. स्वातंत्र्याच्या आंदोलनातील मिठाच्या सत्याग्रहाच्या वेळची सुप्रसिद्ध दांडी-यात्रा १३ मार्च १९३० च्या सकाळी साबरमतीच्या आश्रमातून

निघाली होती. त्यावेळी गांधीजींच्या बरोबर देशातील निवडक सत्याग्रही होते. ही पदयात्रा २४ दिवस गुजरातच्या गावागावातून स्वातंत्र्याचा संदेश देत दांडीकडे निघाली. या वेळी भारताचेच नव्हे तर साऱ्या जगाचे लक्ष गुजरातकडे लागलेले होते.

२४ दिवसानंतर ही अभूतपूर्व यात्रा ५ एप्रिल १९३० रोजी गुजरातमधील समुद्र काठच्या दांडी या गावी पोहचली. ६ एप्रिल १९३० हा जालियनवाला बागेतील हत्याकांडाचा स्मृतिदिन होता. गांधीजी त्या दिवशी दांडीच्या समुद्र तीरावर उभे राहिले आणि मिठाचा खडा हातात घेऊन म्हणाले, "ही पहा मी साम्राज्यशाही नष्ट करतो!" त्याच्या पाठोपाठ इतर सत्याग्रहींनीसुद्धा मीठ गोळा करून मिठाचा कायदा मोडला. "नमक का कायदा तोड दो!" गांधीजींनी साऱ्या देशाला आदेश दिला. सत्याग्रह संग्रामाची तुतारी गुजरातच्या भूमीवरून निनादली. देशभर मिठाचा सत्याग्रह सुरू झाला. भारतात एक नवीन चैतन्य सळसळले. स्वातंत्र्याच्या चळवळीत सरदार वल्लभभाई पटेव व विठ्ठलभाई पटेल या दोघा पटेल बंधूंनी फार मोठी कामगिरी बजावली. गुजरातमधील बार्डोली येथे गांधीजींच्या आशीर्वादानेच तेथील शेतकऱ्यांची करबंदीची चळवळ सुरू झाली होती. यावेळी बार्डोलीच्या लढ्याचे नेतृत्व वल्लभभाई पटेल यांच्याकडेच होते. वल्लभभाईंनी त्या वेळी खेडोपाडी हिंडून शेतकऱ्यांत जागृतीचे काम केले. सारा बार्डोली तालुका त्यांच्या पाठीशी उभा राहिला. तेव्हापासूनच वल्लभभाईंना लोक सरदार म्हणू लागले.

सरदार वल्लभभाई पटेल हे स्वातंत्र्याच्या चळवळीचे गांधीजींचे आघाडीचे सहकारी होते. काँग्रेसची व देशाची त्यांनी अमोल सेवा बजावली. गुजरातच्याच नव्हे तर भारताच्या आधुनिक शिल्पकारांपैकी सरदार वल्लभभाई पटेल हे एक प्रमुख शिल्पकार होते. १९४७ साली भारत स्वातंत्र झाल्यावर देशी संस्थानांचा प्रश्न वल्लभभाईंच्या मुत्सद्दीपणामुळेच यशस्वीरित्या सुटला. सर्व देशी संस्थांने भारतात विलीन झाली. त्याच वेळी गुजरातमधील सुमारे २७० संस्थानेदेखील भारतीय संघराज्यात त्यांनी सामील करून घेतली.

स्वातंत्र्योत्तर भारतातील गुजरात राज्याची वाटचालही प्रगतीच्या दिशेने चालू आहे.

★★★

साक्षी इतिहास / २९

३. लोक आणि लोकाचार

गुजरातचे लोक कसे? तर सौम्य शांत-सौजन्यशील प्रकृतीचे, साहसी, वणिक वृत्तीचे व कलाप्रिय उदार मनाचे.

लोकांच्या जीवनमानावर, राहणीमानावर, आजूबाजूच्या परिस्थितीवर व निसर्गाचा परिणाम होत असतो. मारवाडात पाण्याचे दुर्भिक्ष त्यामुळे मारवाडी माणूस कंजूष आणि कमालीचा काटकसरी बनला. तसाच प्रदीर्घ लांब किनारा लाभल्यामुळे गुजराती माणूस साहसी बनला. मात्र त्याचे हे साहस रणांगणावर प्रकट होण्याऐवजी व्यापारधंद्यात व्यक्त झाले. सागरकिनाऱ्यामुळे पुष्कळशी बंदरे गुजरातच्या वाट्याला आली आणि या बंदरातून दूर देशांशी व्यापारउदीम करता आला. आजही गुजराती माणूस म्हटल्यावर आपल्यापुढे पांढरे शुभ्र धोतर नेसलेला, त्यावर गुडघ्यापर्यंत लांब व बऱ्याच गुंड्यांचा पांढरा शुभ्र कोट घातलेला आणि डोक्यावर टोपी असलेला थुलथुलीत अंगाचा, मध्यम बांध्याचा आणि गौर वर्णाचा शेठजी डोळ्यापुढे उभा राहतो. व्यापाऱ्याच्या, देवघेवीच्या, सट्ट्याच्या अशा काही ना काही उलाढाली करताना तो दिसतो. गुजरात्यांनी केवळ गुजरातमध्येच नव्हे तर भारतभर मोठमोठ्या उद्योगधंद्यावर आणि व्यापारावर प्रभुत्व मिळविलेले आहे. मुंबईतील बहुतेक मोठे उद्योग हे गुजराती माणसाच्या हातात आहेत. इतकेच कशाला, महाराष्ट्राच्या लहान मोठ्या गावातही गुजराती शेठजीचे दुकान असतेच. नाना तऱ्हेचे धंदे गुजराती माणूस करतो आणि त्यात हुशारीने पैसे कमावतो. मराठी आणि गुजराती माणसाच्या उद्योग-धंद्यातील चातुर्याबद्दल गमतीने असे म्हटले जाते की, "मराठी माणसाच्या डोक्यात गिरणी असते, पण गुजराती माणसाच्या ती हातात असते." यावरूनही गुजराती माणसाच्या साहसी वाणिक वृत्तीची कल्पना येते. परंतु गुजराती माणूस धंदेवाईक वा व्यापारी असला तरी तो मनाने उदार आहे, रसिक आहे.

व्यापाराव्यतिरिक्त गुजरातच्या ग्रामीण भागातून शेती आणि पशुपालन हाच उद्योग चालतो. समुद्र किनारपट्टीच्या भागात मच्छिमारीचाही धंदा चालतो.

गुजरातमध्ये बहुसंख्य लोक हिंदुधर्मीय आहेत. त्यांच्या चातुर्वर्णीय व्यवस्था असून जातीजमातीचे प्रस्थ इतर प्रांताप्रमाणेच आहे. गुजरातमध्ये असलेल्या हिंदू समाजात ३०० हून अधिक जाती आहेत. केवळ ब्राह्मणातच ८४ जाती आहेत. राजपूतातही चुडासमा, जेठवा, झाला, जाडेजा, गोहिल, वाघेला, चोहाण, सोळंकी, राठोड, भाटी, यादव इत्यादी जाती व उपजाती असंख्य आढळतात. वैश्य व्यापाऱ्यांमध्ये वाणीया, लुहाणा व भाटिया या प्रमुख जाती आहेत. कुणबी, काछिया, नायकडा, पारधी, रबारी, भरवाड, बाबरीया, अहिर इत्यादी अनेक आदीवासी जमातीसुद्धा गुजरात राज्यात आहेत. गुजरातमध्ये २५ लाख लोक मागासलेल्या जमातीचे आहेत. एकूण लोकसंख्येच्या मानाने गुजरातमध्ये दर पंधरा व्यक्तीमध्ये दोन मागसलेल्या जातीचे असतात. भारतात हरिजनांची लोकसंख्या आदिवासींच्या दुप्पट आहे. परंतु गुजरातमध्ये या उलट परिस्थिती आहे. येथील आदिवासींची लोकसंख्या हरिजनांच्या दुप्पट आहे. डांग, सुरत, बलसाड, भडोच, पंजमहाल, बडोदा, साबरकांठा, बनासकांठा या भागात आदीवासींची संख्या पुष्कळ आहे. सुरत, बलसाड या जिल्ह्यांची निम्मी लोकसंख्या आदीवासींची आहे, तर डांग हा संपूर्ण जिल्हाच आदीवासींचा आहे.

नाना पंथ

हिंदू लोकांची विभागणी नाना पंथात झाली आहे. काही सूर्योपासक आहेत. त्यामुळे गुजरातेत कितीतरी जुनी सूर्य मंदिरे आता भग्नावस्थेत आढळतात. यांना सौर संप्रदायी म्हणत असत. सूर्यदर्शन झाल्यावाचून हे लोक अन्नग्रहण करीत नाहीत. सूर्याचे नाव घेऊन शपथ वाहण्याची चाल आहे.

गुजरातमध्ये दुसरा संप्रदाय आहे शैवांचा. शैव शिवभक्त आहेत. मैत्रक राजे शिवभक्त होते.

लकुलीशाच्या पाशुपत प्रंथाचा गुजरातेत बराच झाला. लाट मंडळातील काया व रोहण म्हणजे कारवाण लकुलीशाचे जन्मस्थान होते. त्याच्या गर्गनामक शिष्याने गुजरातेत त्याची अनेक मठ-मंदिरे बांधली. ११ व्या शतकात सोळंकी राजांच्या कारकिर्दीत या पंथाचे पुनरुज्जीवन झाले. जयसिंह सिद्धराज हा ह्या पंथाचा अनुयायी होता. त्याने या पंथाच्या प्रसाराला बराच हातभार लावल्यामुळे गुजरातेत हा पंथ राजमान्य व लोकमान्यही ठरला.

स्वामीनारायण पंथ या नावाचा आणखी एक पंथ गुजरात सौराष्ट्रात

आढळतो. नारायण म्हणजे द्वारकाधीश कृष्ण. या पंथात कृष्णउपासना केली जाते. भडोचपासून कच्छपर्यंत अनेक ठिकाणी त्याची मंदिरे आहेत. हा पंथ सर्व जाती जमातींना खुला आहे. तिथला गवंडी समाज त्याच पंथाचा आहे.

गुजरातमधील राजपुतात शैव व वैष्णव यांच्याप्रमाणेच शक्तीचेही उपासक आहेत. प्रत्येक कुलाची वेगळी कुलदेवी असते. जाडेजांच्या आशापुरी देवीचे मुख्य मंदिर कच्छमध्ये आहे. झाला राजपूतांच्या शक्तीदेवीचे मंदिरे हाळवद येथे आहे. गोहिलांच्या खोडियार देवीचे मंदिर राजपरा नामक एका ग्रामात आहे. जेठवा राजपूतांची विंध्यवासिंनी पोरबंदरजवळच्या छाया नामक गावी आहे. परमारांच्या मांडवरी देवीचे स्थान मुळी या गावात आहे.

१२ व्या शतकाच्या अखेरीस गुजरातमधील हिंदू राजसत्ता नष्ट होऊन पुढील चार पाच शतके मुस्लीम सत्ता नांदली, पण त्या कालखंडातसुद्धा या परधर्मी संस्कृतीला गुजरातच्या सामाजिक जीवनात फारसे स्थान मिळाले नाही. तिथला व्यापार श्रेष्ठी व महाजन यांच्या हाती होता. गावकीचे अधिकार पंचायतकडे होते. नैतिक अधिकार जातीजमातींकडे होता. सर्व जातींवर ब्राह्मणांचे वर्चस्व होते. बौद्ध आणि जैन हे धर्मही गुजरातेत वाढले. त्यांना राजाश्रयदेखील लाभला.

पारशी लोक

पारशी धर्माला गुजरातच्या भूमीने फार मोठा आसरा दिला. पूर्व इराण-मधून ८ व्या शतकाच्या प्रारंभी काही पारशी लोक प्रथम भारतात आले. भारताच्या पश्चिम किनाऱ्यावर खंबायतच्या खाडीतील देव नावाच्या बेटावर उतरले. त्यावेळी संजानचा हिंदू राजा जदिराणा म्हणून होता. पारशी लोकांच्या नेत्याने जदिराणाकडे वस्तीसाठी जागा मागितली. परंतु जदिराणाला परक्या लोकांना आपल्या राज्यात सामावून घेणे अशक्य वाटले, म्हणून त्याने नकार दिला. पण त्याने हा नकार एका वेगळ्या तऱ्हेने, मोठ्या चातुर्याने कळवला. जदिराणाने दुधाने काठोकाठ भरलेला एक पेला आपल्या प्रधारकरवी पारशी नेत्याकडे धाडला. तो दुधाने काठोकाठ भरलेला प्याला आपल्या मागणीच्या उत्तरादाखल आलेला पाहून पारशी नेत्याने त्या मागचा आशय ओळखला. तोही मोठा चतुर होता. त्याने त्या पेल्यात साखरेची चिमूट टाकली आणि तो पेला परत राजाकडे धाडून दिला. "तुमच्या भरलेल्या पेल्यात आम्ही साखरेप्रमाणे विरघळून जाऊ, एकरूप बनू, गोडी वाढवू" असा त्यातील अर्थ होता आणि तो राजानेही जाणला. राज खूश झाला. त्याने पारशी लोकांना आपल्या साम्राज्यात सामावन घेतले.

गुजरातच्याच नव्हे तर एकूण भारतीय जीवनाशी पारशी एकरूप झालेले आहेत. भडोच, नवसारी, अंकलेश्वर, बिलिमोरा, गठादेवी ही शहरे विशेष करून पारश्यांचीच आहेत. त्यांची भाषाही आता गुजराती झालेली आहे. व्यापार, उद्योगात पारशी लोकही आघाडीवर आहेत.

याशिवाय मुस्लीम, शीख, ख्रिश्चन, इत्यादी धर्मांचे लोकही गुजरातमध्ये आहेत. येथील मुसलमान देखील गुजराती भाषा बोलतात.

स्त्री-जीवन

गुजराती स्त्री आता पुष्कळच सुधारलेली आहे. शिक्षणाचा प्रसार बराच झालेला आहे. परंतु पूर्वीच्या काळी स्त्रियांना शिक्षणाचा गंध नव्हता. बालविवाह, हुंडापद्धती रूढ होती. सौराष्ट्र, काठेवाडात काठीयाणी व नागराणी स्त्री पडदानशील असते. ती सहसा बाहेर पडत नाही, पडलीच तर तिच्या गाडीभोवती पडदे असतात. ओठ लाल ठेवणारी, विडा खाणारी नागराणी स्त्री रुबाबात असते. सौराष्ट्रातील खारण जातीच्या स्त्रिया चित्रासारखा आकर्षक असतात. त्या मेंढ्या, बकऱ्या, गाई, म्हशी पाळतात. डोंगर-दऱ्यातून हिंडतात. गुजरातमधील छारा जातीतील स्त्री दिसायला पुरुषी व लढाऊ दिसते. तिच्या अंगी धीटपणा असतो. सुरतेकडील स्त्रिया जास्त नाजूक व शौकीन दिसतात. अहमदाबाद-सुरत दरम्यानच्या भागात बहुसंख्य वस्ती पाटीदारांची आहे. या स्त्रियांचे बोलणे जरा कठोर वाटते. त्यांचे जीवनही खडतर असते. त्यांना कष्टाची कामे करावी लागतात.

कच्छ-सौराष्ट्राच्या मानाने गुजरात कमी-रूढीप्रिय आहे. येथील सामाजिक चालीरीती थोड्या शिथिल आहेत. महागुजरातच्या निर्मितीनंतर नव्या सलगतेमुळे नवे विचारप्रवाह गुजराती समाजात वाहू लागले आहेत. स्त्री-जीवनातील भिन्नपणाही कमी होऊ लागला आहे. पूर्वीचे गुलामी जीवन संपुष्टात येत आहे.

गुजरातमध्ये सामाजिक सुधारणेचे कार्य कवी नर्मद यांनी प्रथम हाती घेतले. धर्माच्या नावाखाली स्त्रियांवर होणारे अन्याय व अंधश्रद्धा यांच्याशी त्यांनी सामना केला. जनमानसात सुधारणेची भावना रुजवली.

गांधीजींनी गुजरातमधील स्त्रीशक्ती जागृत केली. आपल्या कार्यात त्यांची

मदत घेतली. घराबाहेर न पडणाऱ्या गुजराती स्त्रिया गांधीजींच्या हाकेने धडाडीने घराबाहेर पडल्या आणि त्यांच्या चळवळीत सामील झाल्या. सत्याग्रह करून तुरुंगातही गेल्या.

पूर्वीच्या काळी मुलीचे लग्न फार खर्चिक होई. मुलीच्या बापाला हुंडा आणि पैठन या गोष्टी डोईजड होत असत. काही ठिकाणी तर अशी चाल होती की, मुलीला माहेरी आणायची तर पुन्हा लग्नाइतका हुंडा द्यावा लागत असे म्हणून कित्येक मुलींना सासरी गेल्यावर आयुष्यात आईबापाचे तोंड परत दिसत नसे.

पाटीदार जातीमध्ये हजारो रुपये पैठनच्या रूपाने द्यावे लागत असत, म्हणून मुलगी जन्मली, की मारून टाकत असत.

पूर्वीच्या या अमानुष चाली किंवा रूढी आता उरलेल्या नाहीत. मृदुलाबेन साराबाई, पुष्पाबेन मेहता आदि स्त्रियांनी गुजरातमध्ये 'ज्योती संघाची' स्थापना करून स्त्रियांचे प्रश्न सोडवले आहेत.

गिजूभाई बधेका यांनी स्त्रियांना बालशिक्षणाचे शिक्षण दिले. गुजरातमधील अनेक गावातून स्त्रिया आता बालमंदिरे चालवतात.

काबराजी या पारशी गृहस्थाने स्त्रियांसाठी 'स्त्रीबोध' नावाचे मासिक काढले होते. त्यांनी स्त्रियात वाचनाची आवड निर्माण केली. आता अलीकडच्या काळात स्त्रियांसाठी अनेक नियतकालिके निघालेली आहेत.

झवेरचंद मेघाणी यांनी गुजरातमधील अशिक्षित स्त्रियांची 'स्त्रीगीते' जमवून त्यांचे संकलन करण्याचे फार मोठे काम केले आहे.

आजची गुजराती स्त्री शिक्षित झाली असून नोकरी-चाकरी करून द्रव्यार्जनही करू लागली आहे. त्याचप्रमाणे शिक्षण, कला, साहित्य, राजकारण व संस्कृती इत्यादी क्षेत्रात ती भाग घेत असून महत्त्वाचे कार्य करीत आहे.

गुजरातचे महाकवी न्हानालाल यांनी आपल्या कवितेत गुजराती स्त्रीचे सुरेख चित्र शब्दबद्ध केले आहे —

चोळी चणियो पाटली नो घेर
छेडले साळूनी सोनल सेर
अंग अखेय नीज अलबेल
साळुमा ढांकती रूपनी वेल
राणकतनया भावशोभना सुंदर तानो छोड
आर्य सुंदरी नथी अवनिमां तुज रूप गुणनी जोड
भाल कुमकुम करकंकणसार

कंथ ना सजां ते शणगार

- नागवेलीसारखी नाजूक देहयष्टी, पारिजातकाच्या पुष्पासारखी कोमल मुखश्री, लज्जाभाराने लवलेल्या पापण्या ज्या ठिकाणी असतील तेथे खात्रीपूर्वक समजावे की ती, गुर्जर सुंदरीच आहे! तिच्या वेशभूषेचे लालित्यही आगळेच आहे. ठाशीव चोळी, घेरदार परकर आणि व्यवस्थित सुट्या निऱ्यांचे नेसण, कमरेभोवती लपेटून घेतलेला, कुंतलभार झाकीत खांद्यावरून गेलेला पदर, हातात काकणे आणि पायात झांजर...

नाजूक काया, ललित भूषा यांना शोभणारा नम्र, गोड व ऋजू स्वभाव हे तिचे आणखी एक वैशिष्ट्य आहे. या गौरवशाली गुर्जरीला गुजरातीत 'गुरवी गुजरातण' असे म्हटले आहे.

वेशभूषा

गुजराती माणसाचा पोषाख साधासुधाच असतो. सामान्यपणे पुरुष धोतर नेसतात. सौराष्ट्रात चारेणो म्हणजे एक प्रकारचा पायजमा आणि कंबरेपर्यंत 'मिरजई' म्हणजे एक प्रकारचा अंगरखा घालतात. डोक्यावर पगडी, साफा किंवा फेटा असतो. पूर्वीच्या काळी गुजराती पुरुष जी पगडी वापरीत असत, ती २० ते २५ वार लांबीचे तलम सुती कापड घेऊन बांधलेली असे. कपाळाच्या वर घड्या, माथ्यावर मध्यभागी उंचवटा व कोपऱ्यात एक लहान टोक अशी त्या पगडीची रचना असे. फेटो किंवा साफो म्हणजे आयत्यावेळी बांधलेले पागोटे असे. जुन्या काळी अंगात अंगरखे, जाकीट व जामो घालून वर उपट्टो म्हणजे उपरणे घेण्याची पद्धत होती. शहरात कोट, टोपी वापरतात. गुजराती माणूस धोतराचा कासोटा मात्र उजव्या बाजूला खोचतो.

गुजराती शहरातील स्त्रिया पाचवारी पातळ विकच्छ नेसतात. ग्रामीण स्त्रिया कासोट्याचे पातळ नेसतात. गुजराती स्त्रिया साडीचा पदर डाव्या खांद्यावरून न घेता उजव्या खांद्यावरून घेतात.

पूर्वीच्या काळी स्त्रिया घागरा, काचोळी व ओढणी वापरीत असत. ही वेशभूषा कलाकुसरीने आकर्षक केलेली असे. स्त्रियांच्या पायात पोकळ व जाडजूड वाळे, हातात चुडी म्हणजे सोन्याच्या किंवा हस्तिदंती बांगड्या, गळ्यात हांसडी, दानिया, कंठी, चंद्रहार, झलमर, सांकलीया इत्यादी अलंकार ती घालत असे. त्याचप्रमाणे लोलिमा, झाल, थालिमा, इत्यादी कर्णभूषणे, छाक हा केसात घालायचा अलंकार व बुट्टी म्हणजे कुडी इत्यादी अलंकार ती वापरीत असे.

परंतु आता जुनी वेशभूषा व जुने दागदागिने मागे पडत असून गुजराती

पुरुष साध्या सुटसुटीत सुटाबुटात व स्त्रिया गोल साड्यात वावरताना दिसतात.

खाणेपिणे

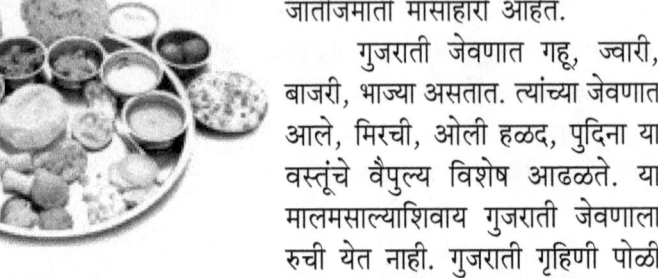

बहुसंख्य गुजराती माणसे शाकाहारी आहेत. गुजरातच्या सात्त्विकतेला शाकाहाराने पोसलेले आहे. काही जातीजमाती मांसाहारी आहेत.

गुजराती जेवणात गहू, ज्वारी, बाजरी, भाज्या असतात. त्यांच्या जेवणात आले, मिरची, ओली हळद, पुदिना या वस्तूंचे वैपुल्य विशेष आढळते. या मालमसाल्याशिवाय गुजराती जेवणाला रुची येत नाही. गुजराती गृहिणी पोळी ऐवजी रोटल्या किंवा फुलके करते. जेवणाचा प्रारंभ रोटल्यानेच होतो. त्याच्या जोडीला पात्राची भाजी हटकून असते. पात्रा म्हणजे अळू. पात्राच्या तळलेल्या खमंग वड्या, निरनिराळ्या तऱ्हेची लोणची, डाळ, गुजराती जेवणाची रुची वाढवीत असतात. भात आधी न जेवता जेवणाच्या शेवटी डाळभातानेच जेवण संपते. गुजराती माणसाच्या आहारात तूप किंवा तुपातील पदार्थ प्राचुर्याने असतात. 'घी नी लडवा, लडवानुप्पर घी'- तुपातला लाडू आणि लाडूवर तूप, असा मागून पुढून तुपाचा मारा असतो. तुपातील नाना तऱ्हेच्या मिठाया सणावारी किंवा शुभकार्याच्या जेवणावळीत विपुल प्रामणात असतात. लाडू, जिलेबी, पेढा, बर्फी, इत्यादी मिष्टान्न जसे असते. त्याचप्रमाणे सेवा, तळलेली डाळ, श्याक, ढोकळा इत्यादी खमंग व चमचमीत पदार्थही त्यांच्या खाण्यात असतात. खाकरा हा एक विशेष गुजराती खाद्य प्रकार आहे. हा रोटीसारखाच कणकेचा, पातळ पापडासारखा कुरकुरीत व स्वादिष्ट असतो. यात पाण्याचा अंश नसल्यामुळे तो बरेच दिवस टिकतो त्यामुळे प्रवासातही खाकरा जवळ बाळगला जातो.

चहा आता गुजरातमध्ये सर्वमान्य झालेला आहे. परंतु गुजराती माणसाचा चहा साधासुधा नसून मसालेदार असाते. लवंग, वेलची, दालचिनी यांची पूड त्यात टाकून चहाला एक वेगळीच चव ते आणतात.

गुजरातमध्ये आदारातिथ्य फार आढळते. आलेल्या पाहुण्याला नाना-तऱ्हेची भरपूर मिठाई खाऊ घालून, त्याला तुपात तळून आणि सारखेत घोळून काढल्याखेरीज गुजराती गृहिणीला समाधान वाटत नाही. वेळेला एवढे जरी घडले नाही तरी भजिया आणि दूधपुरी एवढा पाहुणचार तरी होणारच होणार.

गुजरातच्या काही भागात तांदूळही होतो. तेथे अर्थातच भोजनात भाताचे प्रमाण अधिक असते. खिचडी ही गुजराती माणसाला फार आवडते. डाळ ही जेवणात हवीच. मूग, उडीद, हरभरा, तूर, मसूर या डाळी त्यांच्या आहारात असतात. भुईमुगाचे उत्पन्न पुष्कळ असल्यामुळे भुईमुगाचे तेल बरेच वापरात असते. तीळ आणि सरसूचे तेलही वापरतात. संत्री, मोसंबी, चिक्कू, आंबे, केळी इत्यादी फळफळावळही त्यांच्या आहारात असतात. बलसाडचा हापूस आंबा प्रख्यात आहे. सुरतेची फेणीदेखील प्रसिद्ध आहे.

गुजराती माणसाला जेवणानंतर सुपारी किंवा बडिशेप खाण्याचा शौक आहे.

चालीरीती

चालीरीती, लोकाचार यांना एक परंपरा लाभलेली असते. गुजरातमध्ये पारंपरिक लोकाचार आहेतच. मूल जन्मले की या चालीरिती सुरू होतात. मूल जन्मल्याबरोबर काशाची थाळी वाजवून आनंद प्रकट करतात. सहाव्या दिवशी 'छटी' साजरी करतात. त्या दिवशी पाटावर कोरा कागद, दौत, लेखणी ठेवून पूजा करतात. मुलाच्या भाग्याचा 'ललाट लेख' या दिवशी देव लिहितो अशी समजूत आहे. सुहासिनी गाणेही म्हणतात :

'छट्टीना लखीना लेख रे
चुकता नथी रे ।'

बाळंतीण चाळीस दिवसांची झाली म्हणजे हळद-कुंकू, अक्षदा वाहून पूजा करते आणि मग वागायला उठते. तोपर्यंत तिने घरकाम करायचे नसते.

मुलाला महिना होऊन गेला म्हणजे एखादा शुभदिवस पाहून त्याचा नामकरण विधी होतो. याला 'गोत्रज' म्हणतात. या दिवशी सुहासिनी येऊन मुलाचे नाव ठेवतात. गाणी म्हणतात. हळदी-कुंकू करतात.

मुलाचे जावळ काढण्याचा विधी 'वाळवडा' म्हणून करतात. मूल १३ महिन्यांचे, १५ महिन्यांचे किंवा तीन वर्षाचे झाले म्हणजे 'वाळवडा' करतात.

मूल पाच वर्षांचे झाले म्हणजे 'निशागळनु' समारंभ होतो. जैनधर्मी गुजराती लोकात हा समारंभ भाद्रपद शुद्ध बीजेला करतात. या दिवशी महावीर देव विद्या शिकायला गेले, म्हणून त्या दिवशी मुलालाही नवे कपडे घालून पाटी-पेन्सिल देऊन ऐपतीप्रमाणे घोड्यावरून वाजतगाजत शाळेत धाडतात.

लग्नविधी

जुन्याविधी वधूपरीक्षा निराळ्या तऱ्हेने केली जाई. वधूला भावी सासूच्या डोक्याला तेल चोळण्यास सांगत असत. जी मुलगी उत्तम रीतीने तेल चोळायची

ती उत्तम वधू ठरायची. वधू परीक्षेत पास व्हायची !

लग्नाआधी दोन तीन दिवस 'गणेश' बसवण्याचा विधी होतो. उजव्या सोंडेचा गणपती चौरंगावर बसवतात. हळद-कुंकू, पानसुपारी, नारळ, सांजेच्या पंचवीस मुठीया ठेवून पूजा करतात. नवऱ्यामुलाला आंघोळ घातल्यावर गणेशापुढे बसवून सुगंधी उटणे लावतात. महाराष्ट्राप्रमाणे अंगाला हळद लावण्यासारखाच हा विधी आहे. या वेळी सुहासिनी गीते गातात.

लग्नविधीला बोहले नसते. चौरंगाभोवती पितळेचे कलश ठेवलेले असतात. लग्न समाजात होते. मंगलाष्टके झाल्यावर नवरा-नवरी एकमेकांना विवाहमाला घालतात. नंतर एकमेकांचा हात एकमेकांच्या हाती रेशमी वस्त्राखाली घेऊन हस्तमिलाप घडवून आणतात.

या आधी 'चोरी' समारंभाच्या निमित्ताने चार मंगळ चुकवायचे असतात. गावकीचे, धर्माचे, देवदेवतांचे देणे असेल ते चुकते करावे लागते.

लग्नानंतर कन्सार वाढण्याचा एक समारंभ असतो. जावयाला सासू वाढते. जेवणानंतर ती जावयाचे हात धुते. हात धुतल्यावर जावई सासूच्या पदराला हात पुसतो. सासू त्याला चांदीचे दात कोरणे कान कोरणे व ऐपतीप्रमाणे रुपये देते. दातकोरणे हे वृद्धापकाळाचे प्रतीक असते. ते देण्याने सासू जावयाला दीर्घायुषी होण्याचा आशीर्वादच देत असते.

गुजराती लग्न कार्यात, सण समारंभात त्या त्या वेळी म्हणण्याची पुष्कळ गाणी आहेत. स्त्रिया ती गाणी म्हणत असतात.

धार्मिक गोष्टींबरोबर अंधश्रद्धाही रूढ आहेत. बाहेर जाताना शिंक आली किंवा मांजर आडवे गेले तर अपशकुन मानतात. कुमारी आडवी गेली तर शुभ मानतात.

सण-समारंभ

भारतात इतर प्रांतात जसे सण-समारंभ, उत्सव, व्रते आहेत, तसेच ते गुजरातभरही आहेत. पुष्कळसे सण थोड्याफार फरकाने, पण एकसारखेच असतात. हा फरकही हवामान, भौगोलिक परिस्थितीमुळे पडलेला असतो. काही सण त्या, त्या विभागापुरते व पंथापुरतेच मर्यादित असतात. त्या प्रदेशाचे ते वैशिष्ट्य असते.

सण-समारंभ किंवा व्रत-वैकल्ये यांच्यामागे एक सांस्कृतिक व सर्वस्पर्शी अशी दृष्टी असते. गुजरातीत सणाला 'तेहवार' म्हणतात.

बेस्तुवरस

हा नव्या वर्षाचा दिवस. कार्तिक शुद्ध प्रतिपदेचा. दिवाळीचा पाडवा हाच गुजरातमध्ये नववर्षारंभ पाळतात. या दिवशी व्यापारी लोक जमाखर्चाच्या नव्या

वह्या घालतात. वही पूजनाचा समारंभ थाटाने साजरा होतो. गुजराती पंचांगाप्रमाणे 'कारतक' ह्या नव्या वर्षाचा पहिला महिना असतो आणि 'आसो' म्हणजे आश्विन हा अखेरचा असतो.

मोळाकत

गुजरातेत स्त्रियांची व्रते आणि सणवार यांची एक विशेषता अशी की, वयोमानाप्रमाणे त्याचे प्रकार आढळतात. लहान मुली आषाढात 'मोळाकत' हे व्रत करून गौरीपूजा करतात. एकदाच आणि तेही मिठाशिवाय एकधान्य फराळ करून पूजा करतात. दिवसभर गरबे, खेळ चालतात. संयम, संस्कार, आनंद सारे या व्रतातून मिळते. स्वतःच्या भावी जीवनाची कल्पना येते आणि आर्य संस्काराचे महत्त्व पटते. सौंदर्यदृष्टी विकास पावते, अंग वळते, कंठ फुटतो आणि शिस्तीचा प्रथम पाठही मिळतो.

गौरव व्रत

चांगला पती मिळावा म्हणून कुमारी श्रावणात हे व्रत करतात. हे व्रत करताना पाच दिवस रोज एकदाच जेवायचे असते. तेही अळणी. रोज गौरीची पूजा केल्याखेरीज तोंडात पाणी प्यायचे नसते. संध्याकाळी कुंवारी एकत्र जमून गौरीची स्तुतिपर गाणी गातात. गरबा नाचतात. पाचव्या दिवशी मध्यरात्रीपर्यंत जागरण करून व्रताचे उद्यापन करतात.

खेड्यातून या काळात मुलीला चालीरीती शिकवतात. कुठे कुठे तर मयत झाल्यावर छाती बडवून शोक, विलाप कसा करावा, हे देखील शिकवतात. शहरात ही प्रथा नाही. आनंदोत्सव चालतो. जिला मुठीत राहणारा नवरा मिळतो तिला इतर मुली म्हणतात, 'तिने पाच बोटांनी देव पूजला आहे.'

जयापार्वती

विवाहित तरुणीसाठी हे व्रत असते. सती सावित्रीसारखी या मागे दंतकथा आहे. सर्पदंश होऊन मरण पावलेल्या आपल्या पतीला एका सतीने हे व्रत करून जिवंत परत मिळविले, अशी ती कथा आहे. व्रत करणारी स्त्री या दिवशी दिवसभर उपास करते. नंतर स्नान करून महादेवीची पूजा करते. रात्री फराळ करते. असे पाच दिवस चालते. पाचव्या दिवशी रात्री जागरण व उद्यापन होते.

दिवासा

पतीच्या कल्याणासाठी सुवासिनी हे व्रत करतात. हे व्रत करणाऱ्या स्त्रीने एक दिवस, एक रात्र व दुसराही सबंध दिवस झोपायचे नसते; एवढेच नव्हे तर आडवे होऊन विश्रांती देखील घ्यायची नसते. हे व्रत अमावस्येच्या दिवशी

करायचे असते. व्रताच्या दिवशी उपवास, मात्र मोठी पूजा करून फराळ करावयाचा असतो. त्यावेळी सगेसोयरे इष्टमित्र बोलवतात. फराळाचे देतात. वायने वाटतात. ऐपतीनुसार बराच खर्चही करतात.

बोळीचोथ

श्रावणात शुद्ध चतुर्थीला हे व्रत मातेने मुलाच्या कल्याणासाठी करायचे असते. माता स्नान करून सवत्स धेनूचे पूजन करते. एकच वेळ जेवते. जेवणात शिळी बाजरीची भाकरी व दही घेते. गायीचे दूध-तूप या दिवशी तिला वर्ज्य असते.

नागपंचमी

बोळीचौथच्या दुसऱ्या दिवशी नागपंचमी, स्त्रियांप्रमाणे पुरुषही हे व्रत करतात. भिंतीवर नागाचे चित्र काढतात. यापुढे 'तलवट' म्हणजे गूळ व कुटलेले तीळ मिसळून ठेवतात. नारळही ठेवतात. पूजा करतात. हा प्रसाद व फलाहार घेऊन दिवसभर व्रतस्थ राहतात. या दिवशी शिजलेले अन्न खात नाहीत; पण भिजवलेले चालते.

शीळसातेम

श्रावण सप्तमीला शितळासप्तमी म्हणतात. या दिवशी चूल पेटवायची नसते. चुलीत आंब्याची बाठ ठेवतात. कापसाची माळ चुलीला घालतात. हळद-कुंकू वाहतात. टिळा लावतात. या दिवशी फक्त एकदाच, तेही आदल्या दिवशीचे शिळे खायचे असते. चूल पेटवायची नसते. हे व्रतही माता मुलाबाळांच्या कल्याणासाठीच करतात.

नवरात्र

आश्विन उजाडताच नवरात्राला प्रारंभ होतो. या दिवसात अंबाजीमातेचे पूजन, जप करतात. एकवेळ अन्नग्रहण करतात. माताजींचे दर्शन घेऊन रास-गारबा नाचतात. नऊ दिवस गरबा चालतो. खेड्यात जाळीदार घटात दिवा ठेवतात व तो घट माथ्यावर घेऊन मुली गाणी गात गात घरोघर जातात. पैसे, लाह्या, डाळे वसूल करून मौजमजा करतात.

रांदलमाता

गुजराती समाजात प्रत्येक मंगल प्रसंगाची सुरुवात 'रांदलमाते'च्या पूजनाने होत असते. 'रांदल' हे सूर्याच्या पत्नीचे नाव आहे. मूळ नाव आहे 'रन्नादे', पण सगळीजणं तिची 'जगन्माता' म्हणून पूजा करतात व 'रांदलमा' म्हणतात. घरात रांदलमाची स्थापना करून तिच्यापुढे तुपाचा नंदादीप अखंड तेवत ठेवतात. विविध तऱ्हेची गाणी गाऊन आराधना करतात. वंशवृद्धी व्हावी व वांझपणा

टळावा यासाठी स्त्रिया रांदलमाला नवस करतात. कुमारिकांना बोलावून त्यांची चरणपूजा करतात, जेवायला घालतात, मग नवस बोलणारी स्त्री शेवटी जेवते. सर्व व्रतात ह्याचे पावित्र्य मोठे मानतात.

दिवाळी

दिवाळीच्या दिवसात घरोघर दीप लावतात. अंगणात घरापुढे साथिया रांगोळ्याची आरास करतात. रात्री शोभेचे दारूकाम चालते. गोडधोड पक्वान्नांची रेलचेल असते. धनत्रयोदशीला धनाची पूजा करतात. नरकचतुर्दशीला नरकासुराचा वध झाला म्हणून दीप उपळून आनंद करतात. अमावस्येला लक्ष्मीपूजन होते. दिवाळीचा सण लहान-थोर, गरीब-श्रीमंत सर्व साजरा करतात.

उत्तरांड

संक्रातीच्या वेळी हा सण साजरा होतो. अहमदाबाद, बडोदे, सुरत आदी ठिकाणी या सुमारास पतंगोत्सवाची धमाल उडते. घराघरांच्या व अन्य इमारतींच्या छपरावर उभे राहून पतंग उडवले जातात! यावेळचा तरुणांचा उत्साह अमाप असतो. दरवर्षी अनेक अपघात होतात, पण उत्साह काही ओसरत नाही.

होळी

गुजरातच्या भिल्ल आदि आदिवासींमध्ये व ग्रामीण भागात होळीचा सण विशेष उत्साहाने साजरा होतो. यावेळी रंग उडवतात, फागू गीते गातात, हसण्याखेळण्याने आनंद उपभोगतात.

जैन पंथीयात 'पर्युषण पर्व' फार महत्त्वाचे मानले जाते. श्रावण वद्य द्वादशी ते भाद्रपद शुद्ध चतुर्थीपर्यंत आठ दिवस हे पर्व पाळले जाते.

जत्रा-यात्रा

लोकजीवनाला उल्हासित करणाऱ्या जत्रा आणि यात्रा गुजरातभर ठिकठिकाणी भरतात. कार्तिकी पौर्णिमेला अहमदाबादेजवळ वौठा, साबरकांठा, शामलाजी व सिद्धपूर येथे सरस्वतीच्याकाठी मोठ्या जत्रा भरत असतात. शिवरात्रीला गिरनाराच्या भवनाथाची यात्रा भरते. स्थानिक ग्रामदेवतांच्या जत्रा गावेगावी होतात. रास, गरबा नाचला-गायला जातो. बासरी वाजवतात. तरणेतरची यात्रा फार मोठी असते. दोन दिवस लोक रास-रासडा नाचून मौज-मजा करतात. यात्रांच्या ठिकाणी दुकाने थाटली जातात. मोठा व्यापार चालतो. गुरांचीही खरेदी-विक्री होते.

अशा प्रकारे गुजरातचे जनजीवन विविध सण-समारंभाने, व्रत-उत्सवाने व जत्रा यात्रांनी गजबजलेले आहे.

★★★

४. भाषा आणि साहित्य

गुजराती भाषेची उत्पत्ती आणि विकास अन्य भारतीय भाषांप्रमाणेच झालेला आहे. साहित्याची आदिभाषा प्राचीन भारतात संस्कृत हीच होती. साहित्याची भाषा जरी संस्कृत राहिली तरी सामान्य जनांची बोली बदलत गेली. या लोकांच्या बोलीभाषेला प्राकृत असे नाव पडले. या प्राकृत भाषेचेच एक रूप म्हणून शौरसेनी ही भाषा रूढ झाली. कालांतराने ह्या शौरसेनी भाषेपासूनच नागर अपभ्रंश भाषेची उत्पत्ती झाली. आजची गुजराती भाषा ही ह्या नागर अपभ्रंश भाषेपासून निर्माण झालेली आहे. ११ व्या शतकापासून ते १४ व्या शतकापर्यंत रूढ असलेल्या भाषेला विद्वानांनी 'गौर्जर अपभ्रंश' असे नाव दिले होते. त्यानंतर १५ व्या शतकापासून ते १७ व्या शतकापर्यंतच्या भाषेला 'प्राचीन गुजराती' असे म्हटले जाते आणि त्यानंतर पुढे 'अर्वाचीन गुजराती' भाषेचा विकास झालेला आहे. संस्कृत व्याकरणाच्या आधारानेच गुजराती भाषेला व्यवस्थित असे रूप देण्यात आलेले आहे. संस्कृत आणि प्राकृत या भाषांचे शब्द जसे आजच्या गुजरातीत आढळतात, तसेच परक्यांची आक्रमणे, परसत्तेची राजवट, परदेशांशी व्यापार या साहचर्यामुळे अरबी, फारसी, इंग्रजी, पोर्तुगीज आणि फ्रेंच या भाषातील शब्दही गुजराती भाषेत बरेच आढळतात.

गुजराती भाषेचा सर्वात जुना उल्लेख इ.स. ७८८ मध्ये उद्योतनसूरीच्या 'कुवलयमला' या प्राकृत कथासंग्रहात सापडतो. त्यात एक प्रवासी भारताच्या निरनिराळ्या प्रदेशातील लोकांच्या बोलीचे वर्णन करताना गुजराती लोकांच्या गाथेत म्हणतो -

'धण लोणिय पुहठंळो धम्मयरे संधि
विशहे णि उणे । ण उरे भल्लड भणिरे
अह पेच्छद गुज्जरे अवरे ।।'

- खूप लोणीयुक्त आहार घेतल्यामुळे पुष्ट शरीराचे, धार्मिक, संधिविग्रह करण्यात निपुण आणि 'ठा उरे भल्लड' असे बोलणाऱ्या गुर्जर लोकांना त्याने पाहिले.

अशा या लोकांची गुजराती ही आर्यकुलाची एक मुख्य भाषा आहे. विक्रम संवताच्या १० व्या शतकात ती उत्तर आणि पश्चिम भारतात गुजरातच्या सिद्धराज आणि कुमारपाल या चालुक्य राजांच्या दरबारच्या आचार्य हेमचंद्राने अपभ्रंश भाषेचे व्याकरण विस्तारपूर्वक लिहिले. या व्याकरणात दिलेली काव्याची अवतरणे प्राचीन गुजरातीचे नमुने होत.

प्राचीन गुजराती साहित्य

आचार्य हेमचंद्र हा जैन विद्वान इ.स. १०९३ ते ११७४ ह्या कालखंडात होऊन गेला. हा त्या काळचा महान प्रतिभासंपन्न लेखक होता. विद्वत्ता आणि आध्यात्मिक अधिकार त्याने प्राप्त केलेला होता. त्यामुळे त्याला 'कलिकालसर्वज्ञ' असे संबोधले आहे. सिद्धराज सोळंकी या राजाने गुजरातमध्ये शिक्षणाचा प्रसार करण्याच्या उद्देशाने हेमचंद्राला आपल्या दरबारात सन्मानपूर्वक ठेवून घेतले होते. त्यानसार त्याने 'सिद्ध हेशशब्दानुशासन' नावाच्या ग्रंथात अपभ्रंश भाषेचे व्याकरण लिहिले केले आहे. 'द्वयाश्रय' या ग्रंथात कुमारपालापर्यंतच्या चालुक्य राजांची त्याने प्रशस्ती लिहिली असून व्याकरणाच्या नियमांची उदाहरणेही दिली आहेत. 'छंदोनुशासन' या ग्रंथात त्याने अपभ्रंश भाषेतील छंदांची लक्षणे सांगितलेली आहेत.

गुजराती भाषेचे अध्ययन आणि इतिहास माहीत करून घेण्याच्या दृष्टीने हेमचंद्राचे वरील ग्रंथ पार उपयुक्त आहेत.

गुजरातच्या राजकीय, सामाजिक आणि सांस्कृतिक व्यक्तिमत्त्ववर हेमचंद्राच्या साहित्यातूनच प्रकाश पडतो.

या युगातील शुद्ध काव्याची ही थोडी वानगी -

लइ बप्पुल पिऊ दुद्धला, करू अम्हाण छासि ।
पुत्तहु मत्थें सवउं जइ दहिं जमिवि जहिअ आसि ।

- हे बाळा दूध पी, आमच्या येथे ताक कोठून मिळणार? मुलाच्या डोक्यावर हात ठेवून सांगते की, मी आयुष्यभर दह्याचे दर्शनसुद्धा घेतलेले नाही.

प्राचीन गुजराती काव्यामध्ये रास, फागु, बारमासी, मातृका, कक्को आणि रूपकाव्य असे विविध प्रकार आढळतात.

रास किंवा रासो या प्रासयुक्त पद्यामध्ये धर्मविषयक कथात्मक, चरित्रात्मक, आणि वर्णनात्मक गेयकाव्य असते. जैन कवींनी आपल्या धर्ममत प्रचारासाठी

रास ह्या काव्यप्रकाराचा बराच उपयोग करून घेतला.

शालिभद्र सुरी या कवीची 'भरतेश्वर बाहुबली रास' ही रचना कालदृष्ट्या इ.स.१८८५ मधील पहिली रचना मानली जाते. त्यानंतर धर्म या कवीच्या 'जम्बूस्वामी चरित्र' आणि 'स्थूलिभद्र रास' या काव्यांची रचना झाली. नंतर विजयसेन सुरीची 'रेवंतगिरीरास' व अम्बदेव सुरीची 'समरा रासू' ह्या रचना प्रसिद्ध झाल्या.

फागु काव्य म्हणजे फाल्गुन महिन्यात, अर्थात वसंत ऋतूमध्ये गावयाची गीते. या काव्यात शब्दालंकारांच्या चमत्काराचे प्रदर्शन आढळते. विशेषत: यमक आणि उत्प्रेक्षा यांचा वापर अधिक्याने केलेला असतो, प्रेम आणि शृंगार हा अशा काव्यांचा विषय असतो. परंतु जैन कवींनी या लोकप्रिय काव्यप्रकाराचाही उपयोग धर्मप्रचारासाठी केला. अशा काव्यात प्रारंभी ते एखाद्या युवकाचे प्रेमवर्णन करीत असत. परंतु अखेरीस शील, त्याग आणि तप या गुणांचा विजय, म्हणजेच जैनधर्माचे महत्त्व, ते प्रस्थापित करीत असत. शेकडो फागु काव्यातील ग्रंथांमध्ये 'वसंतविलास' हेच काव्य फक्त अशा सांप्रदायिकतेपासून अलिप्त आहे. म्हणूनच या काव्याला गुर्जर साहित्याच्या आकशातील चंद्रमा असे मानले जाते. जिनपद्म सुरी, राजशेखर या व अन्य अज्ञात कवींची फागु काव्ये प्राचीन गुर्जर साहित्यात आढळतात.

बारमासी हा देखील रास आणि फागु यांच्याप्रमाणेच प्राचीन काळातील एक प्रचलित काव्यप्रकार आहे. काव्यपूर्ण शैलीत बाराही महिन्यांचे प्राकृतिक सौंदर्य आणि वियोगिनी नायिकेची मनोदशा याचे प्रभावशाली वर्णन अशा काव्यातून आढळतो.

मातृका आणि कक्को हे चमत्कृतीपूर्ण काव्यप्रकार आहेत. मातृकाची प्रत्येक ओळ क्रमश: स्वराने सुरू होते, तर कक्कोची व्यंजनाने सुरू होते. या प्रकाराच्या काव्यात बहुधा सुंदर सुभाषिते आढळतात.

महान जैन कवी जयशेखर सुरी याने लिहिलेले 'प्रबोध चिंतामणी' हे १५ व्या शतकातील एक वैशिष्ट्यपूर्ण रूपक काव्य म्हणून मानले जाते. या काव्याची रचना कवीने प्रारंभी संस्कृतमध्ये केली होती. परंतु मागाहून सामान्य लोकांना समजण्यासाठी काही फेरफार करून हे काव्य गुजरातीमध्ये लिहिले. गूढ आध्यात्मिक विषय मोठ्या रोचक पद्धतीने कवीने या काव्यात हाताळला आहे.

प्राचीन काळातील साहित्य हे प्रामुख्याने पद्यरूप जरी असले तरी काही गद्य साहित्यही आढळते. जैन मुनींनी आपल्या मतप्रचारासाठी गद्यात धर्मकथा

लिहिल्या होत्या. तरुण प्रभू सुरीने 'प्रतिक्रमण बालवबोध' या ग्रंथाची इ.स. १३५५ मध्ये रचना केली. यात जैनधर्म दर्शन, व्रते, कथा, इत्यादींचा समावेश आहे.

इ.स.१३९४ मध्ये कुलमंडन गाठीने 'मुग्धावबोध औक्तिक' नावाचे संस्कृत भाषेचे व्याकरण गुजराती भाषेत लिहिले होते. यात नियम आणि उदाहरणे गुजराती भाषेची आहेत. यावरून त्याकाळच्या गद्य वाङ्मयाचा थोडासा परिचय होतो.

या काळातली सर्वात प्रौढ गद्य रचना म्हणून माणिक्यसुंदर सुरीची 'पृथ्वीचंद्र चरित' ही मानली जाते.

या काळातील साहित्य निर्मिती प्रामुख्याने जैन कवींनी जरी केली असली तरी काही जैनेतर कवी देखील झाले. त्यापैकी असाइत रचित 'हंसाहुली' श्रीधर व्यासकृत 'रणमल्ल छंद' कवी भीम कृत 'सदयवत्स चरित' या रचना विख्यात आहेत.

१४२० मधील मुसलमान कवी मीर अब्दूर्रहमान कृत 'संदेशक रास' हे मेघदूतासारखे लिहिलेले एक दूतकाव्य आहे.

मध्यकालीन गुजराती साहित्य

इसवी सन १५०० ते १८५० पर्यंतच्या काळातील साहित्य हे मध्यकालीन साहित्य मानले जाते. या काळात गुजरातवर मुसलमानी राजसत्ता होती. राजकीय पारतंत्र्य आणि सामाजिक विस्कळीतपणा यामुळे या काळातील सामान्य जनतेचे जीवन शुष्क व आनंदहीन बनले होते. भक्तिकाव्य, ज्ञानवैराग्य काव्य, आख्यान-काव्य, आणि पद्यवार्ता साहित्य अशा चार प्रकारची साहित्य निर्मिती या काळात प्रामुख्याने झाली.

नरसी मेहता

भक्तिकाव्यात नरसी मेहता हा गुजरातचा फार श्रेष्ठ कवी मानला जातो. इ.स.१४८४ ते १५५० या काळात हा भक्तकवी होऊन गेला. जुनागड जवळील तलाजा गावात बडनगरा नागर ब्राह्मण कुळात याचा जन्म झाला होता. पित्याचे नाव कृष्णदास व मातेचे नाव

दयाकुँवर होते. याच्या लहानपणीच माता-पिता स्वर्गवासी झाले. याचे पालनपोषण मोठ्या भावाने केले. लिहिण्या-वाचण्यात किंवा प्रापंचिक कामात याचे मन रमत नसे. साधू सज्जनांच्या संगतीत हा हिंडत असे. याचे लग्न होऊन याला दोन मुलेही झाली होती. मुशाफिराप्रमाणेच भटकत राहण्याच्या याच्या वृत्तीला अनुलक्षून याची भाबी एकदा याला झोंबेल असे बोलली. नरसी घराबाहेर पडला. एका ओसाड महादेवाच्या देवळात जाऊन बसला. सात दिवस निराहार आराधना करीत राहिला. महादेव प्रसन्न झाले. द्वारकेतल्या गोपीकृष्णाच्या रासलीलेचे दर्शन घडवले आणि तेव्हापासून हा प्रेममूर्ती भगवान श्रीकृष्णाचा अनन्य भक्त बनला. एकाहून एक सरस अशी भक्तिगीते नरसी मेहताने लिहिली.

गांधीजींचे 'वैष्णव जन तो तेणे कहिए, जे पीड पराइ जाणे रे' हे आवडते भजन नरसी मेहताचेच आहे.

गुजरातची दुसरी श्रेष्ठ भक्तकवयित्री म्हणजे संत मीराबाई होय. ही खरी तर राजस्थानची. तिने राजस्थानीत जशी रचना केली, तशी गुजराती भाषेतही केली आहे. ही जन्मली, वाढली राजस्थानात; परंतु जीवनाच्या अखेरीस द्वारकेस आली होती. मीराबाईची सुमारे २५० पदे गुजरातीत प्रचलित आहेत. नरसी मेहताप्रमाणेच मीराबाई देखील श्रीकृष्णाचीच उपसाक होती.

भालण हा गुजराती आख्यान-काव्य लिहिणारा एक प्रख्यात कवी मानला जातो. इ.स. १४३४ ते १५१४ या काळात हा पाटण येथे होऊन गेला. याला आख्यान काव्याचा जनकच मानतात. ध्रुवाख्यान, नलाख्यान, दुर्वासाख्यान, दशमस्कंद आख्यान आदी भालणाची आख्यानरचना प्रसिद्ध आहे. लोकप्रचलित कथा घेऊन आपल्या प्रतिभेने ती रंजक करून लोकांपुढे ठेवण्यात भालण वाकबगार होता. वात्सल्यरसाचे चित्रण करण्यात भालण अद्वितीय मानला जातो.

पद्मनाथ कवीचे 'कान्हडदे प्रबन्ध' हे आख्यानकाव्य ऐतिहासिक असून चार खंडात उपलब्ध आहे. भीम आणि केशवदास या कवींनी अनुक्रमे 'हरिलीला षोडषकला' आणि 'श्रीकृष्णलीला' नावाची आख्यानकाव्ये लिहिली. १४८० च्या सुमारास मांडणबंधारो नामक कवीने 'रामायण', 'रुक्मांगद' आणि 'प्रबोध बत्तीसी' ही काव्ये रचली.

भालण कवीच्या पश्चात विपुल संख्येने आख्यान काव्याची रचना करणारा बडोद्याचा नाकर नामक श्रीमंत वणिक कवी होता. हा आपल्या ब्राह्मण मित्रासाठी आख्यान लिहीत असे. ती आख्याने ऐकवून त्याचे ब्राह्मण मित्र आपली उपजीविका चालवीत असत. 'चंद्रहासाख्यान', 'ओखाहारण', 'नलाख्यान' आणि महाभारताचा

अनुवाद या याच्या प्रमुख रचना आहेत.

विष्णुदास आणि विश्वनाथ जानी या कवींनीही आख्यानकाव्ये लिहिली. परंतु १६३६ ते १७३४ या काळात झालेला प्रेमानंद हा समस्त गुजराती साहित्यातील सर्वश्रेष्ठ कवी आणि आख्यानकार मानला जातो. याच्यापूर्वी गुजराती भाषा तेवढी प्रतिष्ठा पावलेली नव्हती. 'अबे तबे का सोलह आना, इकडम तिकडम का आठ आना, और शुं सा पैसा चार' अशी स्थिती होती. याचा अर्थ असा, - अबे तबे (हिंदी) ची किंमत सोळा आणे होती. इकडम तिकडम (मराठी) ची किंमत आठ आणे होती. परंतु शुं सा (गुजरात) ची किंमत फक्त चार आणेच होती. गुजरातीची अशी शोचनीय दशा पाहून सहृदय प्रेमानंद चिंताग्रस्त बनला. त्याने प्रतिज्ञा केली की, 'जोपर्यंत गुजराती भाषा संस्कृत भाषेच्यापुढे बरोबरीच्या नात्याने उभी राहणार नाही, तोपर्यंत मी पगडी घालणार नाही.' याने लिहिलेल्या 'रोषदर्शिका सत्यभामाख्यान' काव्यामध्ये याने हरीला प्रार्थना केली आहे की,

सांगोपांग सुरंग व्यंग अतिशे, धारो गिरा गुर्जरी,
पादे पाद रसाल भूषणवती, थाओ सखी उपरी,
जे गीर्वाण गिरा गणाय गणतां, ते स्थान ए ल्योवरी
थाये श्रेष्ठ सह सखीजन थकी, ए आश पूरो हरि ।

प्रेमानंदाचे कित्येक शिष्य होते आणि त्या सर्वांनीच गुजरात भाषेच्या उत्थानाचा मोठा सामूहिक प्रयत्न केला असे सांगतात.

प्रेमानंदाने लिहिलेल्या असंख्य आख्यानांपैकी नलाख्यान, दशमस्कंद, सुदामाचरित्र, मामेरू, रणयज्ञ, ओखाहरण, ही काव्ये विशेष प्रसिद्ध आहेत. 'स्वर्गनिसरणी', 'विवेक वणजारो', 'भ्रमर पचीसी' इत्यादी त्याची काव्ये तत्त्वज्ञानप्रधान आहेत. रोषदर्शिका, सत्यभामाख्यान, पांचाली प्रसन्नाख्यान व तपसाख्यान, ही तीन नाटकेही प्रेमानंदाने लिहिली असे सांगतात. परंतु विद्वानात त्याबद्दल दुमत आहे.

अखो किंवा अखाभगत हा गुजराती भक्तिवैराग्य काव्याचा प्रसिद्ध कवी इ.स.१६१५ ते १६७४ या काळात होऊन गेला. हा जातीने सोनार होता. अहमदाबादमध्ये येऊन राहात होता. प्रामाणिक होता. काही काळ हा टाकसाळीचा प्रमुख होता. एकदा एका स्त्रीने याला हार बनविण्यासाठी सोने दिले. त्या स्त्रीला हा आपल्या सख्या बहिणीप्रमाणे मानत असे. आपल्या पदरचे काही सोने घालून याने सुंदर हार तयार केला. परंतु त्या स्त्रीच्या मनात संशय निर्माण झाला. परंतु

तपासाअंती तिचा संशय दूर झाला. तिने जाऊन अखोला याबद्दल धन्यवाद दिले. परंतु तिने आधी अविश्वास प्रगट केला याचेच अखोला अतोनात दुःख झाले. टाकसाळीतल्या कर्मचाऱ्यांनीही याच्यावर एक खोटा आरोप ठेवला. पुढे हा निर्दोष आहे असे सिद्ध झाले. परंतु या क्षणभंगूर व अविश्वासी जगाबद्दल अखोच्या मनात विलक्षण विरक्ती उत्पन्न झाली. त्याने आपली हत्यारे एका विहिरीत फेकून दिली आणि आत्मशांतीसाठी घराबाहेर पडला. तो गोकुळ-वृंदावन, काशी येथे भटकला. नंतर ज्ञान मिळवून अहमदाबादला परत आला. त्याने शंकराचार्यांच्या वेदान्तदर्शनाचे सखोल अध्ययन केले. त्याने 'अखेगीता' आणि 'अनुभव बिंदू' ही दोन पुस्तके लिहिली. यात त्याने वेदान्तामधील गूढतत्त्वे सरळ सोपा लोकभाषेत दिली आहेत.

प्रीतमदास, धीराभगत, निरांतभगत व भोजाभगत या कवींनीही या ज्ञानाश्रेयी शाखेत काव्यरचना केली आहे.

शामलभट्ट हा कवी इ.स. १६९० ते १७६५ या कालखंडात होऊन गेला. हा प्रेमानंदाच्या समकालीन होता. परंतु प्रेमानंदाप्रमाणे आख्यानकाव्य न लिहिता याने पद्यवार्ता ह्या प्रकारचे काव्य लिहिले. 'कह्यू कथे ते शानो कवि?' म्हणजे सांगितलेलीच कथा सांगणारा कवी कसला? असे म्हणून त्याने वेगळ्याच ढंगाने 'सिंहासनबत्तीशी, सूड वहो तेरी, पद्मावती, रुपावती, नंदवत्रीशी' इत्यादी कथा-काव्यांची सृष्टी निर्माण केली.

याशिवाय शाक्त संप्रदायातील कवी वल्लभ मेवाडो, स्वामी नारायण संप्रदायातील कवी मुक्तानंद, ब्रह्मानंद, प्रेमानंदस्वामी, निष्कुलानंद, देवानंद, यांच्याही विविध रचना प्रसिद्ध आहेत. मीराबाईशिवाय या काळात दिवालीबाई, राधाबाई, कृष्णाबाई, पुरीबाई आणि गौरीबाई या कवयित्रींनीही शेकडो पदे रचलेली आहेत.

इ.स. ७८५ च्या सुमारास अरबांच्या छळाला कंटाळून काही पारशी इराणमधून भारतात आले होते. सुरत जिल्ह्यातील संजाणच्या आसपास त्यांनी वस्ती केली होती. त्यांनी गुजराती भाषा आत्मसात केली. तसेच खालच्या वर्गातील हिंदू मुलींशी विवाह केले. शेती आणि दारू-विक्री हा त्यांचा मुख्य पेशा होता. प्राचीन गुजराती भाषेत किती तरी पारशी लेखकांनी पुस्तके लिहिली आहेत. काही पारशी धर्मगुरुंनी संस्कृतचे अध्ययन करून जेंद आणि पेहलवी भाषेतील कवितांचा संस्कृत आणि गुजराती भाषेत अनुवाद केला. बहेराम लक्ष्मीधरने १४५१ मध्ये 'अर्देविराफ-नामेह' नावाचा ग्रंथ लिहिला. काही पारशी कवींनी

गुजराती कवींप्रमाणेच आपल्या धर्मग्रंथातील आणि फिर्दौसीच्या शाहनामा यातील कथावस्तू घेऊन आख्याने लिहिली. सुरत येथील एखद रुस्तम पेशोतन यांनी 'जरथोश्त नामेंह' आणि 'सियवक्षनामेंह' नावाची रचना केली. अशा प्रकारे आणखी काही चरित्रे (नामेंह) लिहिली.

दयाराम हा मध्यकालातील अखेरचा कवी मानला जातो. नर्मदेच्या काठी असलेल्या चाँदोद नावाच्या गावात १७६७ साली याचा जन्म झाला. जातीने हा सठोहरा नागर ब्राह्मण होता. दयाराम हा मोठा स्वाभिमानी कवी होता. व्यक्तीचे किंवा समाजाचे बंधन तो मानीत नसे. कृष्णाव्यतिरिक्त कुणापुढेही मस्तक नमविण्यास तो तयार नसे. प्रेमानंद आणि शामल यांच्याप्रमाणेच दयारामनेही विपुल साहित्य रचना केली आहे. 'वल्लभनोपरिवार', 'रसिक वल्लभ', 'रास पंचाध्यायी', 'षडऋतूवर्णन' इत्यादी किती तरी ग्रंथ त्याने लिहिले आहेत. याने विविध गरबागीते देखील लिहिली आहेत. गर्ब्याला आकारसौष्ठव आणि स्वरूपसौंदर्य दयारामने दिले. त्याच्या गर्ब्यात एक अनिर्वचनीय, मर्मस्पर्शी गोडवा व कोमलता आहे. दयारामची भाषा सूक्ष्मातिसूक्ष्म भाव कलात्मक रीतीने व्यक्त करण्यात समर्थ आहे.

अर्वाचीन गुजराती साहित्य

भारतात इंग्रजी सत्ता दृढमूल झाल्यावर गुजराती साहित्यातही एका नव्या युगाला प्रारंभ झाला ! इंग्रजी शिक्षणाने नवशिक्षितांची पिढी तयार होऊ लागली. इंग्रजी वाङ्मयाशी तिचा संबंध येऊ लागला. नव्या ज्ञानाबरोबर नव्या समाजसुधारणांची दृष्टीही रुजू लागली. समाजाला शिक्षित करण्यासाठी व जुन्या रूढी काढून नवीन घडवून आणण्यासाठी अनेक संस्था निघाल्या. काही नियतकालिकेही प्रसिद्ध होऊ लागली. 'मुंबई समाचार', 'बुद्धिप्रकाश', 'सुरत समाचार' ही त्यांतील काही प्रमुख होती. दलपतराम दायाभाई आणि नर्मदाशंकर लालशंकर दवे हे दोन प्रमुख कवी. १८५० ते १८८५ या काळात झाले. दलपतराम यांनी विविध पद्यरचना केली वर्णभेद, आंतरजातीय विवाह, विधवा विवाह, बालविवाह यांच्या विरोधी, तसेच अन्य सामजिक विषयांवर यांनी कविता लिहिल्या. 'विजयक्षमा', 'हंसकाव्यशतक', 'हुन्नखानना चढाई', 'गमार बावनी', 'ऋतूवर्णन', 'संपलक्ष्मी संवाद', 'जादवास्थली', 'वेनचरित्र', 'फार्बस विलास', 'फार्बस विरह' इत्यादी काव्ये त्यांनी लिहिली. शिवाय काही सरस गर्बागीते आणि 'लक्ष्मी नाटक' व 'मिथ्श्याभिमान नाटक' अशी दोन नाटकेही लिहिली.

नर्मदाशंकर लालशंकर दवे हे सुरतेचे नागर ब्राह्मण होते. ते वीर नर्मद या

नर्मदाशंकर

नावानेच अधिक प्रसिद्ध होते. स्वाभिमान, सत्यप्रियता, न्याय, प्रेम, निर्भीकता इत्यादी वीर नर्मद कवींचे मुख्य गुण होते. ते मोठे जहाल सुधारक होते. त्यांनी १८५६ मध्ये विधवा विवाह केला होता. त्यांच्यावर जातीबहिष्कार पडला होता. परंतु त्यांनी त्याची पर्वा न करता आपले सुधारणेचे व्रत चालू ठेवले.

'पिंगल प्रकाश', 'अलंकार प्रवेश', 'रसप्रवेश', 'नायिका विषय प्रवेश' इत्यादी ग्रंथ त्यांनी लिहिले. मोठ्या परिश्रमाने 'नर्मकोश' नावाचा गुजराती भाषेचा कोस प्रकाशित केला.

त्यांनी लिहिलेले निबंध 'नर्मगद्य' या नावाने आणि कविता 'नर्मकविता' या नावाने प्रसिद्ध आहेत. 'द्रौपदी दर्शन', 'रामजानकी दर्शन', 'सार शकुंतल', 'सीताहरण' इत्यादी नाटके त्यांनी लिहिली. 'मारी हकिकत' नावाने त्यांनी आपले आत्मचरित्रही लिहिले आहे. 'राज्यरंग' नावाचा विश्वइतिहास व एक महाकाव्य लिहिण्याचाही प्रयत्न त्यांनी केला होता. 'जय जय गरवी गुजरात' या प्रसिद्ध गीताचे कवी नर्मदाशंकरच आहेत. अशा प्रकारे गद्य आणि पद्य या दोन्हीही गुजराती साहित्यक्षेत्रात एका नव्या युगाचा प्रारंभ करण्याचे श्रेय कवी नर्मदाशंकर दवे यांना दिले जाते.

याच कालात नवलराम लक्ष्मीराम पंड्या यांनी 'नवल ग्रंथावली' दोन भागात लिहिली. 'इंग्लंडनो इतिहास' नावाने यांनी प्रथम इंग्रजांचा इतिहास गुजरातीत लिहिला. फ्रेंच नाटककार मोलियर याच्या 'मॉक डॉक्टर' नाटकाचे 'भटनु भोपालुं' नावाने यांनी रूपांतर केले. या रूपांतरात त्यांनी गुजराती जीवन एवढ्या कौशल्याने चरित्र केले आहे, की हे रूपांतर आहे असे वाटतही नाही. 'वीरमती' नावाचे ऐतिहासिक नाटक व 'कवि जीवन' नावाने नर्मदाशंकरचे चरित्रही यांनी लिहिले आहे.

१८६७ पासून यांनी लिहिलेले प्रौढ समीक्षात्मक निबंध प्रसिद्ध होऊ लागले. त्यांच्या या निबंधापासून गुजराती साहित्यात ही परंपरा रूढ झाली. यांच्यापूर्वी नर्मदांनी जरी काही आलोचनात्मक निबंध लिहिले असले तरीसुद्धा शास्त्रीय पद्धतीनुसार साहित्यसमीक्षा करण्याचा प्रारंभ नवलराम यांनीच केला.

त्यांनी संस्कृत व इंग्रजी समीक्षेचे उत्कृष्ट अध्ययन केलेले होते. 'काव्यशास्त्र संबंधी विचारो', 'मनना विचारो', 'हास्य अने अदभुत् रस', 'देशी पिंगल' आदी यांनी लिहिलेले समीक्षाशास्त्रावरील निबंध प्रसिद्ध आहेत. नवलराम समीक्षक, विचारवंत, पंडित, कवी, नाटकदार जसे होते, तसेच ते कट्टर समाजसुधारकही होते. यांची 'बाल लग्न बत्रीशी' आणि 'बालगरबावली' नावाची दोन पुस्तके समाजसुधारणेविषयीचीच आहेत. त्यांच्या उपहासात्मक विनोदी टीकेचा मासला म्हणून एक मजेशीर वाक्य सांगता येईल. लल्लू नावाच्या एका अयशस्वी नाटककाराला ते कविता लिहिण्याची सूचना देत आहेत- 'भाई लल्लू ने म्हारी सवाल छै के नाटक फाटक न चेटक छोडि छूटक कविता लखे.'

नंदशंकर तुळजाशंकर मेहता हे सुरतेचे लेखक. शिक्षण-विभागातील रसेल नावाच्या इंग्रजी साहेबाच्या प्रेरणेने यांनी 'करणघेलो' नावाची पहिली गुजराती ऐतिहासिक कादंबरी लिहिली. गुजरातमध्ये त्याकाळी ती फार लोकप्रिय ठरली आणि मराठीतही तिचा अनुवाद झाला. 'करणघेला' हा गुजरातचा अखेरचा हिंदू राजा होता. याचे अनुकरण होऊन गुजरातीत 'राजकदेवी', 'वनराज चावडा', 'सधराजेसंग' इत्यादी ऐतिहासिक व्यक्तींवर कादंबरी लेखन झाले.

भोलानाथ साराभाई दिवेटिया यांची तुकारामाच्या धरतीवरील 'अभंग माला'; 'महीपतराय नीळकंठ' यांचे 'सास बहूनी लडाई' हे नाटक व 'भवाई' हा लोकनाट्याचा संग्रह; रणछोडभाई उदयराम कृत 'ललिता दु:खदर्शक' 'जयकुमारी विजय', 'नल दमयंती', 'तारामती' इत्यादी सामाजिक व पौराणिक नाटके; करसनदास मूलजींनी लिहिलेले 'इंग्लंड मां प्रवास' हे प्रवासवर्णन, हरगोविंददास कांटावाला यांनी लिहिलेल्या 'अंधेरी नगरी नो गंधर्वसेन' व 'बे बहनो' ह्या गोष्टी आदी या अर्वाचीन काळाच्या प्रारंभीचे गुजराती साहित्य प्रसिद्ध आहे. याच काळात 'गुजराती भाषा नो इतिहास' हा ग्रंथ ब्रजलाल शास्त्रींनी लिहिला आहे.

इ. स.१८५५ पासून १९२० पर्यंत गुजराती साहित्यातील दुसरा कालखंड मानला जातो. या कालखंडात गोवर्धनराम, मणिलाल, नरसिंहराव आणि न्हानालाल आदी साहित्यकांनी प्राचीन व अर्वाचीन काळच्या संगमस्थानी उभे राहून दोन्हींचा समन्वय घडवून आणण्याचा यत्न केला.

गोवर्धनराम यांची 'सरस्वतीचंद्र' ही कादंबरी (नवलकथा) गुजराती साहित्यातील एक अद्वितीय कलाकृती मानली जाते. 'स्नेहमुद्रा' हे त्यांनी लिहिलेले एक दीर्घ काव्य आहे. गोवर्धनराम यांचे लेखन लोककल्याणाच्या भावनेने ओतप्रोत आहे.

मणिलाल नमुभाई द्विवेदी यांनी अल्पायुष्यात 'आत्म निमज्जन', 'कांता' इत्यादी सात आठ कवितांची पुस्तके लिहिली. यांचा वेदान्त तत्त्वज्ञानाचा गाढा अभ्यास होता. 'सुदर्शन गद्यावली' हा त्यांच्या निबंधांचा संग्रह प्रसिद्ध आहे.

बालाशंकर उल्लासराम कंथारिया या कवींनी फारशीतील हाफिज ढंगाची गुजराती कविता लिहिली. 'क्लांत कवि' नामक संग्रहात साहित्याच्या धर्तीवर ऋतूवर्णन, शृंगारक्रीडा आणि अलंकारांची चमत्कृती आहे.

नरसिंहराव भोलाराम दिवेटिया हे एक अध्ययनशील, सुस्पष्ट विचारांचे व सूक्ष्म दृष्टी असलेले साहित्यिक होते. गांधीजींनीही यांचा साहित्यिक म्हणून सन्मान केला होता आणि आचार्य काका कालेलकरांनी तर यांना 'गुजराती साहित्यातील भीष्म पितामह' म्हणून गौरविले आहे. हे कवी, भाषाशास्त्री, विवेचक व संस्करण लेखक होते. 'पद्य कुसुममाला', 'हृदयवीणा', 'नुपूर झंकार', 'स्मरण संहिता', 'बुद्धचरित' इत्यादी काव्याची व 'मनोमुकुर', 'स्मरणमुकुर', 'विवर्तलीला' ही यांची गद्य साहित्यसंपदा प्रसिद्ध आहे. इंग्रजीत लिहिलेला 'गुजराती भाषा आणि साहित्य' हा ग्रंथ दोन भागात प्रसिद्ध आहे. नरसिंहरावांच्या 'कुसुममाले' पासून गुजराती कवितेतील नव्या युगाचा प्रारंभ होतो. विषय, भाव आणि प्रकटीकरण यात ही नवीनता दिसून येते. नर्मद कवीने गुजरातीत नवीन काव्याचा प्रारंभ केला, पण नरसिंहरावांनी आपल्या प्रतिभेने तिला प्रगल्भ स्वरूप दिले. एका समीक्षकाने म्हटले आहे, "गुजराती काव्य शकुंतलेचा पिता विश्वामित्र नर्मद असले तरी कण्व-नरसिंहराव आहेत."

केशवलाल हर्षदराय ध्रुव 'वनमाळी' हे प्रामुख्याने प्राचीन साहित्याचे संशोधक व अनुवादक होते. यांनी 'मुद्राराक्षस', 'विक्रमोर्वशीय', 'गीतगोविंद', 'अमरुशतक' व भासाच्या आणि हर्षाच्या संस्कृत नाटकांची गुजरातीत उत्तम भाषांतरे केलेली आहेत. त्याशिवाय काही टीका निबंध व कविताही लिहिल्या आहेत. गुजराती भाषेचे पंडित म्हणून यांची ख्याती होती.

सर रमणभाई नीलकंठ 'मकरंद' हे प्रसिद्ध समाजसुधारक होते. प्रार्थनासमाजाच्या मार्फत प्रसिद्ध होणाऱ्या 'ज्ञानसुधा' मासिकांचे संपादक होते, 'भद्रं भद्र' (कादंबरी), 'राईनो पर्वत' (नाटक), 'हास्यमंदिर' (निबंध) व 'कविता ने साहित्य' (समीक्षा) ही त्यांची ग्रंथसंपदा प्रसिद्ध आहे.

मणिशंकर रत्नजी भट्ट 'कान्त' यांना कवी, विचारवंत व शिक्षक म्हणून गुजराती साहित्यात महत्त्वपूर्ण स्थान होते. 'पूर्वालाप' हा कविता संग्रह व 'रोमन स्वराज्य' आणि 'गुरुगोविंदसिंह' ही दोन नाटके प्रसिद्ध आहेत. याशिवाय

'शिक्षण नो इतिहास', व 'इजिप्त नो इतिहास' यांनी लिहिले असून स्वीडनबर्ग, टागोर, ॲरिस्टॉटल, प्लेटो आदींच्या साहित्याचा गुजरातीत अनुवाद केला आहे.

सूरसिंहजी तख्तसिंहजी गोहेल 'कलापी' हे सौराष्ट्रातील लाठी नावाच्या संस्थानचे राजा होते; पण प्रतिभाशाली कवीही होते. 'कलापीनो केकारो' हा काव्यसंग्रह प्रसिद्ध आहे. शिवाय 'काश्मीरनो प्रवास' हे प्रवासवर्णन, 'माला अने मुद्रिका' व 'नारी हृदय' ह्या कादंबऱ्या आणि 'कलापीना पत्रो' हा चिंतनप्रधान पत्रसंग्रह ही पुस्तके प्रसिद्ध आहेत. कलापींनी उत्कृष्ट गजला लिहिल्या आहेत. त्यामुळे ते गुजरातचे लाडके प्रेमकवी बनले. ही थोडी वानगी पहा -

ज्यां ज्यां नझर मारी ठरे यादी भरी त्यां आपनी ।
आंसू मही ए आंख भी यादी झरे छे आपनी ।।

जिथे जिथे माझी दृष्टी पडते तिथे तिथे मला तुमचे स्मरण होते. डोळ्यांतून अश्रू गळत असते, तर त्यांतूनही तुमचेच स्मरण झिरपले असते.

न्हानालाल दलपतराम ऊर्फ कवी 'प्रेमभक्ती' यांना वडिलोपार्जित प्रतिभा लाभली होती. न्हानालाल यांना अर्वाचीन गुजराती साहित्यात 'महाकवी' मानले जाते. १९२० च्या असहकारितेच्या लढ्यात यांनी भाग घेतला होता. न्हानालाल यांनी विपुल साहित्यरचना केली. केटलाक काव्यो, राजसूत्रोनी काव्य त्रिपुरी, वसंतोत्सव, चित्रदर्शनो, गीतमंजरी, ओज अने अगर, नाना नाना रास, हे स्फुट कवितांचे संग्रह; 'कुरुक्षेत्र' हे महाकाव्य; इन्दुकुमार, जयाजयंत, राजर्षी भरत, विश्वगीत, जहांगीर नूरजहाँ, शाहंशाह अकबर व संघमित्रा ही नाटके; उषा नामक कादंबरी व साहित्यमंथन, उदबोधन, संसार मंथन आणि अर्धशताब्दिना बे बोलो हे निबंध आणि भाषण संग्रह एवढी ग्रंथनिर्मिती त्यांनी केली. या महाकवींनी प्रणय आणि परिणय यांचे आदर्श गुजराती साहित्यात प्रस्तुत केले आहेत. यांनी लिहिलेली सुमारे २०० गरबागीते प्रसिद्ध असून शब्द, अर्थ आणि संगीत यांचा सुभग समन्वय त्यांत झालेला आहे. न्हानालाल हे गुजरातचे अत्यंत लोकप्रिय कवी होते. १९४४ साली यांचा देहान्त झाला.

आनंद शंकर बापूभाई ध्रुव हे एक विद्वान लेखक होते. आपणो धर्म, काव्यतत्त्व विचार, साहित्य विचार आणि विचारमाधुरी हे त्यांचे लेखसंग्रह प्रसिद्ध आहेत.

अरदेशर फरामजी खबरदार 'अदल' या पारशी लेखकांनीही आपल्या पारशी-गुजराती भाषेत ग्रंथ रचना केली आहे. विलसिका, प्रकाशिका, भारनो टंकार, संदेशिका, कलिका, इत्यादी कवितासंग्रह प्रसिद्ध आहेत.

दामोदर खुशालदास बोटादकर या कवीचे कल्लोलिनी, श्रोतस्विनी, निर्झरिणी, रास तरंगिणी व शैवलिनी हे पाच काव्यसंग्रह प्रकाशित झालेले आहेत.

याशिवाय जन्मशंकर महाशंकर बूच 'ललित' व बलवंतराय कल्याणराय ठाकोर 'सेहेनी' या साहित्यकांचीही काव्य, नाटक आदी ललितग्रंथ प्रसिद्ध आहेत.

यापुढील अर्वाचीन गुजराती साहित्य गांधी-युगातील, म्हणजेच १९२० च्या पुढचे आहे. गांधीवादाखेरीज समाजवाद आणि साम्यवाद या विचारसरणींचा प्रभावही या काळातील गुजराती साहित्यावर पडलेला आहे. गांधी युगातील साहित्य सामान्य माणसाच्या जवळ आले. गांधीयुगातील कवी आणि लेखक जीवनातील कठोर वास्तवतेकडे धिटाईने वळले आणि विश्वबंधुत्वाची व विश्वैक्याची गीते त्यांनी गायली. सुंदरम यांची 'कोया भगतनी कडवी वाणी' व उमाशंकर जोषी यांची 'विश्वशांती' या काव्याने गांधी युगातील कवितेचा प्रारंभ होतो.

मोहनदास करमचंद गांधी यांनीही आपल्या साध्यासाठी साहित्य हे साधन म्हणून वापरले आहे. गांधीजींनी हिंदी, इंग्रजी व गुजराती भाषेत लेखन केले आहे. 'सत्य का प्रयोग अथवा आत्मकथा' हा गांधीजींचा आत्मचरित्रपर ग्रंथ म्हणजे गुजराती भाषेचे अमोल लेणेच आहे. अनासक्तियोग, आश्रमवासी प्रत्ये आश्रम जीवन, आश्रमकी बहनोंके लिए, गीताबोध इत्यादी किती तरी वैचारिक साहित्य गांधीजींनी लिहिले आहे. 'नवजीवन' या गुजराती साप्तहिकातून त्यांनी विविध विषयांवर विपुल लेखन केलेले आहे. त्यांनी गुजराती गद्याला एक नवीन शक्तीच दिली. गांधीजींची शैली सरळ आणि सुबोध आहे. त्यांच्या आत्मकथेची जगभर अनेक भाषांतून भाषांतरे झालेली आहेत.

गांधीजींच्या विचारांनी व राष्ट्रीय आंदोलनांनी प्रभावित झालेल्या किती तरी लेखकांना नवीन प्रेरणा मिळाली. गुजरातीतच नव्हे तर प्रत्येक भारतीय भाषेत गांधी-युगाची प्रतिमा उमटलेली आहे. दत्तात्रेय बालकृष्ण कालेलकर ऊर्फ आचार्य काका कालेलकर हे जन्माने महाराष्ट्रीय, मराठीतील अव्वल दर्जाचे श्रेष्ठ साहित्यिक, परंतु काकांनी गुजराती भाषेतही मातृभाषेइतक्याच सहजतेने विपुल लेखन केलेले आहे.

गांधीवादी लेखकांमध्ये काकासाहेबांचे स्थान मोठे आहे. 'हिमालयनो प्रवास, स्मरण यात्रा, लोकमाता, जीवनी नो आनंद, जीवन संस्कृती, जीवन विकास, जीवन भारती, पूर्व आफ्रिका मां आणि ओतराती दिवालो,' इत्यादी

काकासाहेब कालेलकर

त्यांची गुजराती रचना फार प्रसिद्ध आहे. गुजराती निबंध-साहित्य, प्रवास- साहित्य, आत्मकथा आणि गुजराती गद्य शैली यांच्या विकासात काकांनी महत्त्वाची कामगिरी बजावलेली आहे.

किशोरलाल मशरूमवाला, महादेवभाई देसाई, या थोर गांधीवादी नेत्यांनीही गुजराती वैचारिक साहित्यात मोलाची भर घातलेली आहे.

कन्हैयालाल मणिकलाल मुन्शी यांने राजकारण, साहित्य आणि शिक्षण या तिन्ही क्षेत्रांत वैशिष्ट्यपूर्ण कामगिरी केलेली आहे. राजकारणात राहूनही मुन्शींनी गुजरातींचे एक श्रेष्ठ कादंबरीकार म्हणून लौकिक कमावला. १९१३-१४ साली 'वरनी वसुलात' नावाची त्यांची पहिली कादंबरी प्रसिद्ध झाली. कथा नवीन, विषय नवीन, पात्रे नवीन, संवादपद्धती आणि नवीन जोश घेऊनच ते गुजराती साहित्याच्या मैदानात उतरले. त्यानंतर 'पाटणनी प्रभुता, गुजरातनो नाथ, राजाधिराज, जय सोमनाथ, आणि पृथ्वीवल्लभ,' ह्या एकाहून एक सरस अशा ऐतिहासिक कादंबऱ्या त्यांनी लिहिल्या. किसका दोष, स्वप्नद्रष्टा व तपस्विनी या त्यांच्या आणखी सामाजिक कादंबऱ्या आहेत. मुन्शींनी सामाजिक आणि पौराणिक नाटकेही लिहिली. सामाजिक नाटकांमधून आधुनिक सामाजिक दंभावर कठोर टीका केलेली आहे. शशी, ब्रह्मचर्याश्रम, बे खराब जण, पीडाग्रस्त प्रोफेसर इत्यादी त्यांची नाटके आहेत. आधेरास्ते, सीधीचढान, मेरी अनुत्तरदायित्वपूर्ण कहानी, शिशू और सखी इत्यांदीपासून मुन्शींनी कलात्मक रीतीने आत्मचरित्रपर लेखन केलेले आहे. याशिवाय त्यांनी समीक्षा लेखन व चरित्रलेखनही केले आहे.

कन्हैयालाल मुन्शी

अर्वाचीन गुजराती साहित्यात कन्हैयालाल मुन्शीसारखा प्रतिभाशाली

कादंबरीकार व नाटककार सापडणे कठीण आहे. गुजरातीमधील ऐतिहासिक कादंबरीला मुन्शींना प्रतिष्ठा मिळवून दिली.

रमणलाल वसंतलाल देसाई यांनी आधुनिक गुजराती जीवनातील मंगलमय भागाचे चित्रण केले. गांधीच्या प्रभावाखालील हे एक लेखक होते. 'पूर्णिमा' ही सत्याग्रह युगातील करुण बलिदानकथा आहे. 'ग्रामलक्ष्मी' मध्ये ग्रामसेवेचा आदर्श आहे. 'भारेलो अग्नि' मध्ये गांधीजींच्या सत्य, अहिंसा आदी विचारांचे चित्रण आहे. अशा प्रकारे आपल्या साहित्याच्या द्वारे गांधीजींचे विचार यांनी जनमानसापर्यंत पोहोचवले आहेत. 'गांधी युगातील वर्तमान जीवनाचा पहिला सफल कादंबरीकार' असे गौरवशाली उद्गार रमणलाल देसाई यांच्याविषयी समीक्षकांनी काढले आहेत.

गौरीशंकर गोवर्धनराय जोशी हे 'धूमकेतू' या नावानेच प्रसिद्ध आहेत. कादंबरी, कथा, नाटक, निबंध, प्रवासवर्णन, आदी विविध तऱ्हेचे साहित्य यांनी लिहिले आहे. परंतु कलाकार म्हणून यांची विशेष प्रसिद्धी आहे. तणखा, अवशेष प्रदीप, आकाशदीप, मेघबिंदू, परिशेष, अनामिका, बनछाया, ज्ञानगोष्टियाँ इत्यादी यांचे कथासंग्रह प्रसिद्ध आहेत. राजमुकुट, पृथ्वीश, मल्लिका, पराजय, या यांच्या सामाजिक कादंबऱ्या असून चौलादेवी, राजसंन्यासी, कर्णवती, जयसिंह सिद्धराज, गुर्जरेश्वर, कुमार पाल, नाईकादेवी इत्यादी ऐतिहासिक कादंबऱ्याही प्रसिद्ध आहेत.

झवेरचंद मेघाणी यांनी गुजराती लोकसाहित्याचे संशोधन आणि संपादन विशेष परिश्रम घेऊन केलेले आहे. युगवंदना, एकतारो हे काव्यसंग्रह, सोरठ, गुजरात नो जय ह्या कादंबऱ्या, मेघाणींचे 'नवलिका ओ या कथा' आणि सहा भागात प्रसिद्ध असलेले 'सौराष्ट्र नी रसधार' तसेच चुंदडी, सोरठी संतो, धर्तीनुधावण, इत्यादी लोकसाहित्याचे खंड उपलब्ध आहेत.

रामनारायण पाठक, चुनीलाल शहा, श्रीमती लीलावती मुन्शी, गुणवंतराय आचार्य आदी लेखकांनीही गुजराती साहित्यात आपल्या कलाकृतींनी मोलाची भर टाकलेली आहे.

गुलाबदार ब्रोकर हे आजच्या गुजरातीमधील आघाडीचे कथालेखक आहेत. लता आने बीजी बातो, वसंधरा आने बीजी बातो, उमीवाटे, इत्यादी त्यांचे कथासंग्रह फार लोकप्रिय ठरलेले आहेत. सुशिक्षित नागर जीवनातील कथा-विषय यांनी निवडलेले आहेत. यांच्या काही कथा मनोविश्लेषणात्मकही आहेत.

पन्नालाल पटेल यांनी गुजराती ग्रामीण जीवन आपल्या कथा-कादंबऱ्यातून

चित्रित केले आहे. ग्रामलक्ष्मी, मानवीनीभवाई, वलामण इत्यादी त्यांच्या कादंबऱ्या लोकप्रिय आहेत.

ईश्वर पेटलीकर यांनीही ग्रामीण जीवन आपल्या कथा-कादंबऱ्यांतून रेखाटले आहे. जनमटीप, मारीहैयासगडी, या कादंबऱ्या आणि लोहिनी सगाई, काशीनुं करवत, इ. गद्यसंग्रह लोकप्रिय आहेत.

उमाशंकर जोशी

चुनीलाल मडीलाल हे नवीन कल्पनारम्य साहित्यातील एक महत्त्वपूर्ण कथाकार आणि नाटककार आहेत. पावकज्वाला, व्याज नो वारस, पद्मजा, इत्यादी कथासंग्रह आणि रंगदा, हूँ आणि मारीवहू ही यांची नाटके प्रसिद्ध आहेत.

सुरेश जोशी हे गुजरातीमधील कवी, टीकाकार, आणि प्रयोगशील कथाकार आहेत. यांच्या प्रतीकात्मक शैलीने गुजराती साहित्यरसिकांचे लक्ष वेधून घेतले आहे. गुजराती कथेला यांनी एक वेगळेच वळण दिले आहे.

त्रिभुवनदास 'सुंदरम', उमाशंकर जोशी, चंद्रवदन मेहता, पूजालाल दलवाडी, करसनदास माणेक, झीणाबाई देसाई 'स्नेहरश्मी', सुंदरजी बेटाई, मनसुखलाल झवेरी इत्यादी कवींनी अलीकडील गुजराती कविता खूपच समृद्ध केलेली आहे. उमाशंकर जोषी यांना आजच्या गुजराती कवितेत मानाचे स्थान आहे. विश्वशांती नंतर 'गंगोली', 'गुलेपोलांड' 'निशीथ', 'प्राचीन', 'आतिथ्य' आणि 'वसंतवर्षा' इत्यादी यांचे काव्यसंग्रह लोकप्रिय आहेत. काव्याशिवाय यांनी कथा, कादंबरी, समीक्षा, इत्यादी प्रकारचे लेखनही केले आहे. परंतु एक सफल, प्रतिभाशाली कवी म्हणूनच यांची ख्याती आहे. 'संस्कृती' नावाचे एक दर्जेदार मासिकही हे संपादित करतात. गुजरात विद्यापीठाचे उपकुलगुरू व भारतीय ज्ञानपीठाचे पारितोषिक विजेते म्हणूनही यांचा गौरव झालेला आहे. गुजराती भाषेत विनोदी वाङ्मयही बरेच लिहिले जाते. हलकेफुलके निबंध, हास्यकथा, विनोदी नाटके व एकांकिका इत्यादी प्रकार ज्योतींद्र दवे, चीनुभाई पटवा, दामु सांगाणी, जयंती दलाल, नटवरलाल बूच, हैदरअली जीवाणी, बकुल त्रिपाठी, प्रियदर्शी, रमेश भट्ट, दिनकर देसाई, चुनीलाल मडिया, इत्यादी विनोदकारांनी आपल्या विविध प्रकारच्या विनोदी साहित्याने गुजराती साहित्य खुसखुशीत व

हास्यनिर्भर बनवले आहे.

परभाषेतील साहित्याचे अनुवाद पुष्कळच झाले आहेत. मराठीमधील वि. स. खांडेकरांच्या कादंबऱ्या, आचार्य अत्र्यांची नाटके, सानेगुरुजींच्या गोष्टी गुजरातीत फारच लोकप्रिय ठरल्या आहेत.

गुजरातीमधील बालवाङ्मयाचे दालनही भरपूर समृद्ध आहे. गिजुभाई रमणलाल सोनी, रमणलाल शाह, हरीश नायक आदी लेखकांनी मुलांसाठी कथा, कविता, नाटके आदी विविध प्रकारचे लेखन केलेले आहे. जीवनराम जोशी यांनी एकट्यांनीच सुमारे ३०० पुस्तके बालांसाठी मोठ्या निष्ठेने लिहिली आहेत. 'रमकडू', 'बालमित्र', 'जगमग' या नावांची मुलांची मासिके बालजगतात फार प्रसिद्ध आहेत.

नव्या जमान्यात नव्या प्रेरणा घेऊन तडफेने लिहिणाऱ्या लेखकांत राजेंद्र शाह, निरंजन भगत, बाळमुकुंद दवे, उशनस, जयंत पाठक, प्रियकांत मणियार इत्यादी अग्रेसर आहेत. नव्या कवींमध्ये हरींद्र दवे, सुरेश दलाल, त्रिभुवन व्यास, हसिन बूच, लालशंकर ठाकर, आदिल मन्सुरी आदी प्रमुख आहेत. नव्या प्रतिमांनी नवीन आशय प्रकट करण्याची प्रयोगशीलता गुजराती तरुण साहित्यिकांतही आढळते.

साहित्याच्या अभिवृद्धीसाठी 'गुजराती साहित्य परिषद' ही संस्था १९०५ पासून कार्यशील आहे. रणजीत बाबाभाई मेहता यांनी त्या वेळी ही संस्था स्थापन केली. गोवर्धनराम त्रिपाठी, कन्हैयालाल मुन्शी यांच्यासारख्या साहित्यश्रेष्ठींनी ही संस्था वाढवली. १९३६ साली परिषदेचे वार्षिक अधिवेशन अहमदाबाद येथे झाले. त्याचे अध्यक्षस्थान म. गांधींनी विभूषित होते .

या परिषदेशिवाय 'गुजरात विद्या सभा', 'फार्बस साहित्य सभा', 'गुजरात साहित्य सभा', 'सुरत येथील 'नर्मद सभा', व बडोदा येथील 'प्रेमानंद सभा' या संस्थाही साहित्य प्रसाराचे काम निष्ठेने करीत आहेत.

'अखंड आनंद', 'नवनीत', 'संस्कृती', 'रुचि', 'जीवन प्रकाश', 'बीज' इत्यादी वाङ्मयीन नियतकालिके व 'जन्मभूमी' आदी दैनिके गुजरातीमध्ये निरंतर प्रसिद्ध होत आहेत. गुजराती वृत्तपत्रसृष्टीही तेजस्वी व टवटवीत आहे.

★★★

५. कलाप्रिय गुजरात

गुजराती माणूस म्हटला म्हणजे तो 'दियो-लियो' करणारा सटोडिया व्यापारीच असणार व सदैव तो हिशेब-ठिशेबाच्या वह्याच वर-खाली करत बनलेला दिसणार, अशी अन्य प्रांतीय लोकाची गैरसमजूत असते. गुजरात हा प्रामुख्याने वणिक वृत्तीचा आहे हे जरी खरे असले, तरी तो जीवनातील सर्व आनंद मनमुराद लुटणारा रसिक व कलाप्रियदेखील आहे. निरनिराळ्या ललितकलांची आणि हस्तकलांची जपणूक गुजरातमध्ये प्राचीन काळापासून होत आहे. दिवसेंदिवस त्यात नवनवीन भर पडत आहे आणि त्याचा विकासही होत आहे. विविध विकासशील कलांची समृद्ध दालने पाहिली म्हणजे गुजरातच्या अव्वल रसिकतेची व कलासक्त मनाची ओळख पटते.

संगीत

गुजरातने शास्त्रीय संगीताच्या क्षेत्रात प्राचीन काळापासूनच उल्लेखनीय कामगिरी केली आहे. गुजरातमधील सोळंकी वंशातील राजा अजयपाल आणि सोमराज यांच्या काळी 'संगीत रत्नावली' नामक पुस्तक लिहिले असा उल्लेख मिळतो. चालुक्य राजा तिसरा सोमेश्वर यांच्या काळातील 'अमिलसितार्थ चिंतामणी' अथवा 'मानसोल्लास' ग्रंथात संगीतावर दोन प्रकरणे लिहिलेली आहेत.

सोळंकी युगातील जयसिंह सिद्धराज याची कारकिर्द सुवर्णकाळ मानली जाते. या काळात अन्य कलांप्रमाणेच संगीतालाही खूपच उत्तेजन मिळाले होते. कुमारपाल राजानंतरच्या काळातील राजा हरिपाल हा बराच काळ दक्षिणेत जाऊन राहिला होता. तेथे त्याने 'संगीत सुधाकर' नावाचा ग्रंथ तामिळ भाषेत लिहिला. तसेच 'संगीत रत्नाकरा'वर टीकाग्रंथही लिहिला, एवढा तो विद्वान, संगीतशास्त्री होता. गुजरातच्या एका राजाने तमिळ भाषेत संगीतावर ग्रंथ लिहिला हे एक विशेषच होय!

कल्याणीचा राजा जगदेव भल्ले याने 'संगीत चूडामणी' नावाचा ग्रंथ लिहिण्याचा उल्लेख आढळतो.

गुजरातने धार्मिक संगीताचीही जोपासना आस्थापूर्वक केलेली आहे. शैव, वैष्णव, जैन, स्वामीनारायण, शक्ती इत्यादी पंथांची मंदिरे होती. या मंदिरांतून कीर्तनपद्धती रूढ होती. पुष्टीमार्ग संप्रदायाचे आद्य संस्थापक वल्लभाचार्य यांनी वैष्णव मताचा प्रचार जनतेत करण्यासाठी श्रीकृष्णाच्या बालस्वरूपाची उपासना रूढ केली. त्यासाठी त्यांनी संगीताला महत्त्वाचे स्थान दिले. अन्य संप्रदायांतही संगीताचार्य होते आणि त्यांनीही कीर्तने रूढ केली. ही प्रथा फारच लोकप्रिय ठरली आणि आजही ती प्रचलित आहे. ही कीर्तने ध्रुपद शैलीत होती आणि ताल पण त्या शैलीला अनुरूप होता. जिथे जिथे मंदिर होते, त्या त्या ठिकाणी शास्त्रीय संगीताची उपासना अशा प्रकारे चालू असे. भक्ती आणि संगीत यांचे नाते जवळचे आहे. भक्तीमध्ये संगीताची आणि संगीतात भक्तिरसाची तल्लीनता माणसाला उदात्त भूमिकेवर नेते. भक्तांनी तेथे संगीताला मोक्षाचे साधन मानले आहे. भक्तिप्रधान गुजरातचा आद्यकवी, भक्त आणि संगीतकार नरसी मेहता हा याचे साक्षात स्वरूपच आहे. तो स्वत: उत्कृष्ट संगीतकार होता. त्याने रचलेल्या 'प्रभाती' म्हणजे भूपाळ्या हे गुजरातीचे अमोल धन आहे.त्यानंतर गुजराती भक्तिसंगीत समृद्ध केले संत मीराबाईने. ती उत्कृष्ट कवयत्री जशी होती तशीच निपुण संगीतकारही होती. मीरेच्या रसमय भजनांची जोडी आजही अवीट आहे.

वैजनाथदास अथवा 'बैजू' हा संगीतकार चांपानेरचा निवासी होता. त्याची संगीतसाधना अजबच होती! तो आपल्या तंद्रीत एवढा धुंद असे की, अन्य कशानेही भान त्याला नसे. म्हणून लोक त्याला 'बावरा' म्हणू लागले.

'संगीत ओकदेशा' नावाचा ग्रंथ बैजू बावराने लिहिला. शिवाय त्याने अन्य शेकडो धृपदे रचली. त्याचा स्वभाव सरळ, साधा, दयाळू, निरभिमानी आणि भक्तिपूर्ण होता. धृपद गायनपद्धती रूढ करणारा ग्वाल्हेरचा राजा मानसिंह याच्या संगीत कर्तबगारीत बैजूचाही मोठा हिस्सा होता.

भारताच्या संगीतामध्ये मोगलकाळ हा सुवर्णकाळ होता. या काळात एकाहून एक श्रेष्ठ असे संगीतकार निर्माण झाले. त्याचा परिणाम गुजरातवरही झाला होता. वडनगरचे राज्य त्या काळी मोठे संस्कृतिकेंद्र होते. मोठमोठे पंडित, कलाकार, संगीतकार तेथे नांदत होते. दीपराग गायल्यानंतर तानसेनाच्या शरीराचा जो दाह झाला तो वडनगरच्या 'ताना आणि रीरी' नावाच्या दोन ग्रामकन्यांनी मेघमल्हार गाऊन शांत केला अशी आख्यायिका प्रचलित आहे.

त्यानंतरच्या काळात जामनेरचा राजा छत्रसाल याच्या दरबारी असलेला कलाकार पं. श्रीकंठ याने लिहिलेल्या 'रसकौमुदी' ग्रंथात संगीताचा ऊहापोह केलेला आहे.

पुढील काळात भेटतो कवि प्रेमानंद. 'माणभट्ट' नावाची संगीशैली याने रूढ केली. तो स्वत: कवी होता. निरनिराळ्या रागात तो आख्यानांची रचना करीत असे आणि तो माणाच्या म्हणजे गांगराच्या तालावर गाऊन दाखवत असे. श्रोते तल्लीन होऊन जात असत.

रससिद्ध कवी दयाराम यांनी भिन्न भिन्न रागात अनेक गीते रचली. त्यांनी लिहिलेली गरबागीते गुजराती संगीताचा एक प्रकार म्हणून मान्यता पावली आहेत. तंबोऱ्याच्या साथीवर शास्त्रीय गाण्याची ते उत्तम मैफिल रंगवीत असत.

जुनागडचे आदितराम यांना 'संगीतादित्य' ही पदवीच लाभलेली होती. सौराष्ट्रातील नथुराम सुंदरजी मोठे गायक होते. पं. मुळजीभाई जेठाराम ह्या भावनगरच्या संगीतकारांनी 'संगीत चिंतामणी' नावाचे पुस्तक लिहिले आहे. संगीताचार्य डाह्याभाई शिवराम यांनी 'संगीत कलाधर' नावाचा लिहिलेला ग्रंथ म्हणजे संगीतावरील महाभारत मानला जातो.

बडोदा संस्थानात संगीताला चांगला राजाश्रय मिळाला. नोटेशन पद्धती, संगीतशाळा, विद्यालयात संगीताचे शिक्षण हे प्रथम बडोद्यातच सुरू झाले. १९१५ मध्ये अखिल भारतीय संगीत परिषद भरवण्याचा मान बडोद्यानेच पटकावला होता.

अलीकडच्या काळात स्वर्गीय पं. ओंकारनाथ ठाकूर यांनी संगीताच्या क्षेत्रात गुजरातचे नाव भारतातच केवळ नव्हे तर परराष्ट्रातही उज्ज्वल केले. त्यांची संगीत-तपस्या थोर होती. संगीतावर संशोधन करून त्यांनी पुष्कळ ग्रंथ लिहिले. त्यात 'प्रणयभारती' व 'राग अने रस' हे ग्रंथ अभ्यासूंना उत्कृष्ट मार्गदर्शक ठरतील असे आहेत. ते स्वत:ला पं. विष्णु दिगंबर पलुस्करांचे शिष्य म्हणवून घेत असत. परंतु आपल्या गायकीत त्यांनी स्वत:च्या प्रतिभेने बरेच बदलही केले होते.

गुजरातमध्ये आणखी पुष्कळच गुणी गायक जसे निर्माण झाले. तसेच गुजरातने 'बिलावल', 'सोरठ', 'खंभायती', 'तोडी गुर्जरी' इत्यादी गायकी रागही दिले आहेत.

नृत्य

गुजरातला स्वत:ची अशी 'गरबा' व 'रास' ही दोन प्रमुख नृत्ये आहेत.

पण ती लोकनृत्ये आहेत. शास्त्रीय पद्धतीची ती नाहीत. ही गुजराती लोकनृत्ये सामाजिक व धार्मिक अशा संमिश्र स्वरूपाची आहेत. ग्रामीण भागातल्याप्रमाणे शहरातही स्त्री-पुरुष मोठ्या उत्साहाने उत्सवप्रसंगी नृत्यात भाग घेतात. गुजरातचे हे एक वैशिष्ट्य लक्षात घेण्यासारखे आहे.

गुजराती 'गरबा' म्हणजे गुजरातचा अभिमान आहे, तर 'रास' म्हणजे गौरव आहे! गुजराती माणूस रास-गरब्यावर मनापासून प्रेम करतो. लट्टू असतो.

'गरबा' हे प्रामुख्याने स्त्रियांचे नृत्य आहे. यात लहान मुलीबाळींपासून ते वयोवृद्ध स्त्रियांपर्यंत सर्वजणी भाग घेतात. 'गरबी' हे पुरुषांचे नृत्य आहे. नवरात्राच्या दिवसात व शक्तीपूजेच्या काळात देवीच्या प्रांगणात स्त्रिया 'गरबा' नाचतात, तर पुरुष 'गरबी' नाचतात. गुजरातमध्ये नवरात्राच्या दिवसात गावोगावी गरब्याची धमाल चाललेली दिसते. गरब्यांनीच रात्री उजाडतात. आनंद-उत्साहाने भरभरून जातात. अखेरीस देवीचा प्रसाद वाटतात.

'गरबा' हे स्त्रियांनी वृत्ताकार फिरून करावयाचे नृत्य आहे. गरबाप्रमाणे गरबी नृत्यातही मध्यभागी 'झवारा' म्हणजे गहू पेरलेली लहानशी हंडी, 'गर्भदीप', म्हणजे दिवा, किंवा 'मंडवडी' म्हणजे रंगीबेरंगी कापडाने सुशोभित केलेली व आत झवारा असलेली लाकडी वस्तू ठेवतात आणि तिच्याभोवती नृत्य करतात.

गरबा नृत्य

छिद्रे असलेल्या मातीच्या घड्यात गर्भदीप ठेवतात. यास गरबाचे प्रतीक मानले जाते. ही छिद्रे अशा रीतीने पाडलेली असतात की त्यातून मोर, हंस, फूल-पाने आतील दिव्याच्या प्रकाशाने आकारावीत. टाळ्यांच्या तालावर गरबा नाचतात. 'गरबा' नृत्याचा 'हीच' व 'गरबी' चा 'हाँची' असे नृत्य प्रकार आहेत. 'हाँची' प्रकारच्या नृत्यात मुक्त हावभावांना वाव असतो. गरबा नाचताना गावयाची किती तरी लोकगीते आहेत. त्यातून देवीची स्तुती केलेली असते -

माता सोळे सराद न व नोरताँ रे
माता वीस वजैया दिवाळी रे
भवानी खेले नोरताँ रे

- माते, श्राद्धाच्या सोळा दिवसानंतर नऊ दिवसांचे नवरात्र आहे. यानंतर वीस दिवसांनी दिवाळी आहे. भवानी नवरात्र खेळत आहे.

या लोकगीतांशिवाय नरसी मेहता, भालण, प्रेमानंद आदी किती तरी कवींनी 'गरबी' ची गीते रचली आहेत व ती लोकांच्या जिभेवर आहेत. दयाराम कवीला तर 'गरबीसम्राट' म्हटले जाते. गरबी गीतांमधून राधाकृष्णाची भक्ती लीला वर्णिलेली असते

नन्दनन्दन अलबेलडो रे,
एनां वहालां लागे छे वेण;
सांभल सही मारी
छेलुं कीधुं गोकुलियुं रे,
एनां कामणगारां नेण;
सांभल सही मारी
नटवर सुन्दर शामलो रे,
मनगमतो मोहनलाल;
सांभल सही मारी
हृदय सरसो लेइ लपटावुं,
मुने एवुं लागे छे बहाल;
सांभल सही मारी

- सखी ऐक ! नन्दनन्दन अलबेला आहे आणि त्याची वाणी प्यारी आहे. त्याने गोकुळाला वेड लावले आहे, कारण त्याच्या डोळ्यात मोहिनी आहे. तो सुंदर सावळा नटवर मोठा मनोहर आहे. तो मला इतका आवडतो की, त्याला हृदयाशी घ्यावे असे वाटते.

गरबा नाचताना गुर्जर-सुंदरी चित्तवेधक रंगीबेरंगी वेशभूषा करतात. तल्लीन होऊन गातगात ताल-ठेक्यावर नाचतानाचे दृश्य मनोहर असते.

अलीकडे गरबा नृत्ये सर्व तऱ्हेच्या सणसमारंभाच्यावेळी व विद्यालयांतून स्नेह-संमेलनासारख्या कार्यक्रमाच्यावेळी सादर केली जातात. गरबा नृत्याच्या स्पर्धाही ठेवल्या जातात. नृत्य-सौंदर्य, लय-माधुरी व गीत-संगीत यांचा सुरेख संगम गरबा नृत्यात झालेला आहे.

अशी एक दंतकथा सांगतात की, श्रीकृष्णाचा पुत्र अनिरुद्ध याच्याशी बाणासुराची कन्या उषा हिचा विवाह झालेला होता. उषेलाच प्राचीन आख्यानातून ओखा म्हटले आहे. उषेला पार्वतीने नृत्य शिकवले होते. उषेने तेच नृत्य द्वारकेतल्या गोपींना शिकवले, त्यामुळे ते सौराष्ट्रात प्रचलित झाले. बाणासुर, आजचा जो आसाम आहे, त्या प्रदेशांचा राजा होता. म्हणजे आसामचे नृत्य उषेच्या द्वारा गुजरातमध्ये आले. आसाम-सौराष्ट्र-गुजरात यांमध्ये अशाप्रकारे नृत्य समन्वय घडून आला!

गुजरातचे दुसरे महत्त्वाचे नृत्य म्हणजे 'रास'; याला 'दांडिया रास' असेही म्हणतात. हे नृत्य प्रामुख्याने पुरुषांचे आहे. परंतु स्त्रियाही रास खेळतात. कृष्ण-गोपींच्या रासलीलेचा या नृत्याला संदर्भ लाभलेला आहे. प्राचीन ग्रंथांमधून याचा उल्लेख 'हल्लीसक नृत्य' या नावाने केलेला आढळतो. हल्लीसक नामक नृत्याचे तीन प्रकार आहेत. दंडरसक- टिपऱ्यांचे, तालरसक-टाळ्यांचे व ललित रसक-हावभावांचे. यापैकी 'दंडरसक' या प्रकारातून गुजरातचे दांडिया रासनृत्य जन्माला आले असावे.

गुजरातेत कोजागिरी पौर्णिमेला टिपूर चांदण्यात रासनृत्याला बहार येतो. गोकुळअष्टमीला व नवरात्रातही रास नाचतात. नवरात्रामधील रास देवीप्रीत्यर्थ असते.

रासनृत्यात नर्तकांच्या हातातील टिपऱ्यांनी ताल धरण्यात येतो. गोलाकार फिरून हे नृत्य नाचतात. गाणीही म्हणतात. रासनृत्याची लयबद्धता, ताल, पदन्यास आणि संगीत मन वेधून घेते. मृदंग, सनईची साथ देखील असते. एकजण गीताची ओळ सांगतो, बाकीचे ती म्हणतात. एखादा कृष्ण बनतो, बाकीचे त्याचे सौंगडी होतात. हळूहळू नृत्याची लय वाढत जाते. रंग भरतो.

रास-गरबा नृत्याशिवाय ग्रामीण व आदिवासी लोकांची लोकनृत्येही आहेत. माहीर जातीच्या शेतकऱ्यांमध्ये गरबामध्येच 'कुछाडी' नामक नृत्य प्रचलित आहे. शेतकऱ्यांच्या उल्हसित चित्तवृत्ती व्यक्त करणारे हे नृत्य होळी व नवरात्राच्या दिवसात धमाल गाजते. सनई, नगारे यांच्या साथीवर अत्यंत द्रुतगतीने नाचतात. नर्तकांनी चुणीदार पायजमा व पांढरा अंगरखा घालून डौलदार तांबडा फेटा बांधलेला असतो.

सौराष्ट्राच्या बाजूला 'गोफ गुंथण' व 'पाधर' ही लोकनृत्ये रंगलेली दिसतात. 'गोफ शुंथण' हे टिपऱ्यांचे रास-नृत्यासारखेच नृत्य असून पुरुष ते नाचतात. गीताला व पदन्यासाला टिपऱ्यांच्या तालाची जोड असते.

सौराष्ट्रातील आदिवासी कोळ्यांचे 'पाधर' हे नृत्य आहे. हातात झांजा व टाळ घेऊन नर्तक गोल करून गाणी गातात. नौका वल्हविण्याचा अभिनय करतात. कित्येक झांजा न घेता हातात काठी घेऊन वल्ह्याप्रमाणे तिचा उपयोग करतात. नृत्याला रंग चढला म्हणजे नर्तक विविध तऱ्हेचे अंगक्षेप करतात. कित्येकदा शीर्षासन करून पायात झांजा धरून वाजवून दाखविण्याचे कौशल्य दाखवतात. झालावाड, रिमडी आणि राजागड या भागात 'पाधर' नृत्य फारच लोकप्रिय आहे.

रास प्रमाणेच 'रासडा' नावाचेही एक लोकनृत्य आहे. यात लोकसंगीताचे

प्राधान्य असते. सौराष्ट्रातील कोळी, भरवाड जातीच्या स्त्रिया व पुरुष रासडानृत्य करतात. शेतकरी जीवन, गोप-जीवन, श्रम-जीवन, सागरी-जीवन, तसेच समाज व कौटुंबिक जीवनातील सुखदु:खाचे भाव रासडा नृत्यात व्यक्त केले जातात.

पढार लोक मच्छीमारीचे काम करतात. त्यांचे 'भकोलिया' नामक नृत्य प्रसिद्ध आहे. नृत्याच्या वेळी नर्तकांचे सारे शरीर समुद्राच्या लाटाप्रमाणे हेलकावत असते. श्रमिकांचे 'टिपणी' नृत्य सोमनाथजवळच्या चोरवाडच्या कोळी स्त्रिया फार सुरेख करतात.

भिल्ल आदी अन्य आदिवासी जमातींमध्ये देखील विविध लोकनृत्ये प्रचलित आहेत.

भवाई

अन्य प्रांताप्रमाणेच गुजरातलाही त्याचे लोकनाट्य आहे. त्याला 'भवाई' म्हणतात. खेडूत जनतेत भवाई फार प्रिय आहे. भवाई करणारे फिरते लोक गावोगाव जातात. त्यांचा हा व्यवसायच असतो. भवाईला खुला रंगमंच चालतो. प्रकाशासाठी पूर्वी मशाल पाजळली जाई. अलीकडे पेट्रोमॅक्स, वीज असते.

भवाई करणारी मंडळी एखाद्या गावात जातात. 'भूगल' नावाचे वाद्य वाजवून आपले आगमन जाहीर करतात. दिवाळी-दसऱ्याच्या दिवसात गावोगाव भवाईचे फड उभे राहतात. शेतीभातीचे कामे या वेळी झालेली असतात. श्रमपरिहारासाठी, मनोरंजनासाठी काही तरी हवेच असते.

गावच्या देवळापुढे किंवा धर्मशाळेपुढे रात्री मैदानात लोक दाटीवाटीने बसतात. मान वर करून, डोळे विस्फारून कुतूहलाने पाहतात.

सुरुवातीला भूगल वाजतो. तबला घुमतो आणि गणेशजीचे सोंग रंगमंचावर पायातले घुंगर छुन छुन वाजवीत प्रकट होते. दोन-तीन गायक व सूत्रधार येतो. ते गीते गाऊन गणेशजीची स्तुती करतात.

मग भवाई सुरू होते. 'छेलबटाऊ' हे फार जुने व लोकप्रिय नाट्य आहे. अशा पुष्कळ कथानकांवर भवाई रचलेल्या आहेत. धार्मिक, ऐतिहासिक तसेच सामाजिक कथांवरही आहेत, ठाकूर असाइत त्यांनी सुमारे ३०० भवाई रचल्या होत्या. परंतु त्या ग्रंथात नसल्यामुळे केवळ पाठांतरावर, तोंडातोंडी आलेल्या फारच थोड्या आता उरलेल्या आहेत.

मराठी तमाशात जसा सोंगाड्या असतो किंवा संस्कृत नाटकात जसा विदूषक असतो, तसा भवाईत 'रंगला' असतो. रंगला वाईट चाली, परंपरा, व्यसनाधीनता, भ्रष्टाचार, ढोंग इत्यादींवर आपल्या उपहासगर्भ वाणीने टीका

करतो. श्रोत्यांना हसवता, हसवता शिकवतो.

गावोगाव मिळणाऱ्या बिदागीवर ही मंडळी गुजराण करतात. पावसाळ्याच्या दिवसात यांचे खेळ बंद रहातात. अलीकडे मनोरंजनाची विविध साधने खेड्यापाड्यापर्यंत पोहोचल्यामुळे 'भवाई'ची लोकप्रियता पूर्वी इतकी उरलेली नाही. तथापि एक प्राचीन कला म्हणून भवाईच्या पुनरुज्जीवनाचे प्रयत्नही होत आहेत.

रावणहथ्या

निरनिराळ्या याचकांनीही प्राचीन लोकसंस्कृती टिकवून धरली होती. गुजरातमध्ये लोकसंगीताची परंपरा सांभाळणारी रावणहथ्या नामक एक याचकांची जमातच होती. 'गीते गाऊन भीक मागणे' हेच काम हे लोक करीत असत. घरोघर जात असत. निरनिराळ्या धार्मिक, ऐतिहासिक प्रसंगांवर रचलेली कथागीते, भजने व रासडागीते गात असत. अलीकडच्या काळात ही जुनी परंपरा लुप्त होत चालली आहे.

राजस्थानशी निकटचा संबंध असल्यामुळे चारण शैलीतील गीतगायनाची प्रथाही गुजरातमध्ये आहे. लोककवी दुलाभाई 'काग' यांची चारणगीते फार प्रसिद्ध आहेत.

अर्वाचीन काळात न्हानालाल, झवेरचंद मेघाणी या श्रेष्ठ कवींनीही सुंदर सुंदर लोकगीते देऊन लोकसंगीताची गुजराती परंपरा पुष्ट केली आहे.

नाटक

गुजराती रंगभूमीला फार प्राचीन इतिहास आहे. बाराव्या शतकात सिद्धराजाच्या कारकिर्दीत हेमचंद व त्याच्या अनेक शिष्यांनी सुमारे ६०० नाटके संस्कृतात लिहिल्याचा उल्लेख आढळतो. पुढे अनेक राजवटी आल्या नि गेल्या, पण मंदिराच्या आधाराने ही जुनी रंगभूमी तगून राहिली होती.

१८५० मध्ये आधुनिक गुजराती रंगभूमी जन्मास आली. नीळकंठ यांचे 'राईनो पर्वत' व दलपरायनी लिहिलेले 'लक्ष्मी' ही नाटके त्यावेळी लोकप्रिय ठरली. त्यानंतर आठ-दहा वर्षांनी 'जयकुमारी विजय' रंगभूमीवर आले. नानाभाई रणिना या पारशी लेखकाने शेक्सपीयरच्या 'कॉमेडी ऑफ एरर्स' चे रूपांतर 'भाईयो' नावाने रंगभूमीवर आणले. ठक्करांनी 'लेडी मॅकबेथ' च्या आधारावर 'वसुंधरा' नाटक लिहिले.

त्यानंतर नर्मदाशंकर यांनी सहा नाटके लिहिली व ती रंगभूमीवर त्या वेळी बरीच गाजली. चाबराजी, रुस्तुमजी, एदलजी, रणछोडजी, बंदेखुदा, खुर्शीदजी, बोमनजी, नासेरवानजी, बाधजी, ढोलसाजी, मूळशंकर मुलाणी

आदि त्या काळातील नाटककरांनी गुजराती रंगभूमीची अमोल सेवा बजावलेली आहे. दौलतराम, कृपाराम पंड्या, मणिलाल, नानूभाई द्विवेदी आणि शंकर रतनजी भट्ट हेही यशस्वी नाटककार म्हणून गाजले.

अलीकडील काळात कन्हैयालाल मुन्शी, प्रभुलाल द्विवेदी, चंद्रवदन मेहता आदी नाटककारांनी ऐतिहासिक, सामाजिक नाटके लिहून गुजराती रंगभूमीवर नावीन्य आणले. गुजराती रंगभूमीच्या विकासाला नाटककार व अभिनेते म्हणूनही पारशी मंडळींनी खूपच मोठा हातभार लावला आहे. हौशी नाट्यसंस्था गुजरातभर होत्या, त्याशिवाय व्यावसायिक नाट्यमंडळ्याही होत्या. 'नाटक उत्तेजक मंडळी', 'आर्य सुबोध नाटक मंडळी', 'आर्य नीतीदर्शक नाटक समाज', 'नटमंडळ' आदि संस्थानी रंगभूमीची मोठी सेवा बजावली आहे. अमृत केशव नायक, बाबूलाल नायक, मोहनला लालजी, जयशंकर, प्रताप ओझा इत्यादी अभिनेते व दिग्दर्शक यांनी गुजराती रंगभूमी गाजती ठेवली.

चित्र

गुजरातला त्याची स्वतंत्र अशी एक चित्रशैली आहे. परंतु कल्पसूत्रे व कालक कथा या जुन्या जैन पोथ्या उजेडात येईपर्यंत ही चित्रशैली मान्यता पावलेली नव्हती. २० व्या शतकाच्या सुरुवातीला जैन पोथ्यांवरील व चित्रांबद्दल अधिक संशोधन झाले आणि या चित्रशैलीला स्वतंत्र स्थान मिळाले. या पोथ्यांच्या सजावटीसाठी भारतीय परंपरेतील रेखाधिष्ठित अशी द्विमित चित्रे काढली आहेत. रूढ आकृत्या व मोजके ठरावीक रंग यांनी ही चित्रे इतर पद्धतीहून वेगळी दिसतात. ही चित्रे प्रामुख्याने जैन पोथ्यांवर असल्याने त्यांना जैनचित्रे म्हणण्याचा प्रघात होता. परंतु चमनलाल मेहता यांनी संशोधन करून या पद्धतीला गुजराती

गुजराती चित्रशैली

चित्रशैली म्हणण्यास सुरुवात केली. या चित्रांचे कलाकार हे पारंपरिक लोक-कलाकार होते. १७ व्या शतकापर्यंत ही परंपरा टिकली, पण ती पुढे खंडित झाली.

त्यानंतर काही काळाने प्रसिद्धीस आलेल्या राजपूत, किंवा राजस्थानी चित्रशैलीचे मूळ या गुजराती शैलीत आहे असे जाणकारांचे मत आहे. पर्वत, नदी, वृक्ष, मेघ आदींच्या आलेखनात राजपूत शैलीने मिळविलेले प्रभुत्व गुजराती शैलीमुळेच आले असे त्यांचे मत आहे. या चित्रशैलीचे मूळ पश्चिम भारतच आहे. पुढे ती नेपाळ, बंगाल, ओरिसा, ब्रह्मदेश इथपर्यंत पोहोचली.

जामनगरच्या राजवाड्याच्या भिंतीवर या पद्धतीची चित्रे पाहावयास मिळतात. यावरून जुन्या काळी भिंतीचित्रांची कल्पना रूढ होती असे सिद्ध होते. आजही चित्रकलेच्या क्षेत्रात गुजराती कलाकार भारतात सुप्रसिद्ध आहेत. रवीशंकर रावळ, कनू देसाई, जगन्नाथ अहिवासी, सोमलाल शहा, रसिकलाल परिट, इत्यादी चित्रकारांनी गुजरातची थोर परंपरा सांभाळलेली आहे. बडोदा विश्वविद्यालयाने चित्रकलेचा विभाग सुरू करून ही कला प्रोत्साहित केली आहे. गुजरातनेही 'ललितकला अकादमी' स्थापन करून संगीत, नृत्य, नाट्य आदी कलाबरोबरच चित्रकलेलाही प्रोत्साहन दिले आहे.

अन्य कला क्षेत्राप्रमाणेच चित्रकलेतही नवीनतेचे वारे खेळू लागले आहेत. नव्या आशयाची चित्रे नव्या शैलीने चिचित्र होत आहेत. शरद पटेल, आबिद सुरती, दशरथ पटेल, इत्यादी नवचित्रकार आज आघाडीवर आहेत.

वास्तुशिल्प

प्राचीन काळातील लेणी, स्तूप, मंदिर, यावरून जुन्या वास्तुशिल्पाची कल्पना येते. गिरनार, तळाजा, साना, गोप व धानक येथील लेणी विख्यात आहेत. गुजरातमध्ये सापडलेले स्तूप विटांचे बांधलेले आहेत. जुनागडजवळच्या बोरिआ येथला आणि दुसरा सोपारा जवळचा असे दोन बौद्ध स्तूप उल्लेखनीय आहेत. प्राचीन काळातील मंदिरे मुख्यत: सौराष्ट्रात आढळतात. गोप येथील मंदिर जुने परंतु उत्कृष्ट आहे. सोळंकी व वाघेली या राजांनी गुजरातेत बरीच सुंदर मंदिरे बांधली होती. त्यातील बहुतेक पुढील काळात उद्ध्वस्त झाली. परंतु त्यांच्या अवशेषांवरून त्या काळातील शिल्पकता किती प्रगत होती याची साक्ष पटते. सिद्धपूरचे रुद्रमहालय, मोढेराचे सूर्यमंदिर व घूमली येथील नवलखा मंदिर ही शिल्पकलेची उत्कृष्ट प्रतिके आहेत. अबू व शत्रुंजय पर्वतावरील जैन मंदिरे देखील अशीच कोरीव, कातीव, नक्षीदार आहेत.

मुसलमानी अंमलात मशिदी, राजवाडे व मनोरे यांच्या रूपाने गुजरातेमधील

वास्तुकला उभी राहिली. अहमदाबाद, पाटण, घोलका, खंबायत, भडोच, चांपानेर, जुनागड या शहरांमधून अशी जुनी स्मारके पुष्कळ आढळतात. गुजरातमधील सुसंस्कृत व कुशल कारागिरांनी मुस्लीम सत्ताधिशांच्या आदेशाप्रमाणे ह्या वास्तू घडवल्या, त्यामुळे त्यात हिंदू आणि मुस्लीम शिल्पकलेचा सुंदर संगम झाला आहे. त्यातूनच गुजरातची वेगळी अशी शिल्पशैली विकास पावली.

सोळंकी वंशाच्या पूर्व काळात गुजरातमध्ये मूर्तीकलेची एक वेगळी परंपरा होती. त्या परंपरेतील काही मूर्ती उपलब्ध झाल्या आहेत. त्यात भडोच जिल्ह्यातील कावी येथे सापडलेली कुबेराची मूर्ती, कठलाल येथील त्रिमूर्ती, कारवाण जवळची लकुलीश्याची मूर्ती, भिन्नमाळ येथील यक्षमूर्ती या विशेष उल्लेखनीय आहेत. १५ व्या शतकात पाटणचा सूत्रधार मंडन याने शिल्पशास्त्रावर अनेक संस्कृत ग्रंथ लिहिले असून त्यात विविध प्रकारच्या मूर्तींची वर्णने आहेत. मानव रूपातल्या गरुडावर आरूढ झालेल्या आठ, दहा, बारा, चौदा, सोळा, किंवा वीस हात असलेल्या विष्णूची मूर्ती हे पश्चिम भारतीय शिल्पाचे एक वैशिष्ट्य होय.

गुजरातमध्ये अनेक मानवनिर्मित तलाव आहेत. निरनिराळ्या राजांनी ते बांधलेले आहेत. या तलावांचे बांधकामही प्रेक्षणीय आहे.

साथिया

साथिया

गुजराती रांगोळ्यांना 'साथिया' म्हणतात. साथिया हा राजस्थानी शब्द असून त्याचा अर्थ स्वस्तिक असा आहे. गुजरात-राजस्थानची जवळीक फार प्राचीन काळची आहे. त्यामुळे अशी आदान-प्रदान झालेली आहे. साथियाच्या आकृतीत राजस्थानी माँडनाचे साम्यही त्यामुळेच आढळते.

रंगावलींनी घरेदारे, मंदिरे सुशोभित करण्याची प्रथा गुजरातमध्येही आहे आणि त्यात गुर्जर स्त्रिया वाकबगारही आहेत. नवरात्राच्या दिवसात आणि दिवाळीत घरापुढची अंगणे रंगीबेरंगी साथियांनी शोभिवंत होतात. मंगलकार्यात किंवा इतर सणासुदीला साथियांच्या आकृत्यांनी प्रांगण सजतेच. विशिष्ट प्रसंगी विशिष्ट तऱ्हेच्या आकृत्या, विशिष्ट पद्धतीनेही काढल्या जातात. एरवी साफसूफ केलेल्या भुईवर चुनखडीच्या भुकटीच्या पांढऱ्या पातळ द्रवात कापसाची बारीक वात भिजवून साथिया रेखटतात, तर नागपंचमीला दुधात कोळशाची पूड मिसळून त्या मिश्रणाने रेखतात. एरवीच्या साथियात शंख, चक्र, सूर्य, चंद्र, कमळ, स्वस्तिक इत्यादी आकृत्या असतात, तर नागपंचमीच्या वेळी त्यात पाळणा, विंचू, नाग आदींच्याही आकृत्या दाखल होतात.

सौराष्ट्रात घराच्या भिंती, चौकटी, कोनाडे व छतांवरही साथियाची नक्षी चितारतात. ही नक्षी चितारण्यासाठी चिंधीचा उपयोग करतात. गुजरातच्या खेड्यापाड्यांतूनही पांढऱ्या द्रवात चिंधी बुडवूनच साथिया रेखाटन केले जाते. अशा तऱ्हेच्या रेखाटनास नाजूकपणा कमी असतो. काही ठिकाणी चुनखडीऐवजी निरनिराळे गडद रंगही वापरले जातात. अशा रंगीत साथियांनी नटलेल्या भिंती सुरेख व आकर्षक दिसतात.

साथियांच्या आकृत्यांतही आता नवनवीन आकार-प्रकार येऊ लागले आहेत. रंगभरणी होऊ लागली आहे. पक्षी, फुले, पाने यांच्या चित्तवेधक आकृत्यांनी ती सुशोभित होत आहे.

कलाकुसर

गुजरात राज्याच्या ग्रामीण भागातील कारागिरी भारतात प्रसिद्ध आहे. सुरतेचे जरीकाम, कच्छमधील जडावाचे काम, पाटण येथील अगेटचे अलंकार, संखेडाचे लाखकाम, पालनपूरचे सुगंधी पदार्थ आणि विविध ठिकाणची लाकडावरील कोरीव कामेही विशेष उल्लेखनीय आहेत.

स्त्रियांच्या वेशभूषेत विविध तऱ्हेच्या साड्या असतात. पाटोळा, त्रंचोई, बांधणी, चुंड्डी, सेलू इत्यादी साड्यांचे प्रकार आहेत. सुरती साड्यांचे जरकाम व भरतकाम उत्कृष्ट असते. पांढऱ्याशुभ्र साड्यांवर तांबड्या, पिवळ्या व हिरव्या

धाग्यांनी बारीक विणकाम केलेले असते, ते फारच आकर्षक दिसते. त्रंचोईचे रंग इतके चकचकित असतात की, सोन्या चांदीच्या धाग्यांनी या साड्या विणल्या आहेत की काय असा भास होतो. लखलखीत तरीही नयनरम्य रंग हे ह्या साड्यांचे वैशिष्ट्य असते. परंतु ही कलाकुसर अलीकडे महाराष्ट्रातल्या पैठणीप्रमाणे लुप्त होत चालली आहे.

विणकामाचे उत्कृष्ट कसब - हाताने विणलेल्या पाटोळानामक साड्यांत पाहायला मिळते. पाटोळा साडीवर चित्रित करावयाचे आकार विणण्याच्या आधीच ठरवतात. तांबडे, निळे, हिरवे व पिवळे रेशमी धागे वापरून पाटोळाचे विणकाम करतात. पाटोळ्यावरीलल नक्षीचा उगम रांगोळ्यांच्या आकृत्यांमधून झालेला दिसतो.

या जातीच्या साड्या प्रामुख्याने पाटण, सुरत व खंबायत येथे होतात. सुरतेकडील पाटोळा साडीवर हिरवा रंग व पानाफुलांची नक्षी विशेष दिसते. खंबायतच्या साडीवर तीन पांढरी फुले व त्यांना देठ अशी नक्षी असते. काठावर लांबट फुलांच्या आकृत्या रंगवतात. पाटणच्या साडीवर साडीभरून रूंद पट्टे असतात व त्यावर पक्षी, प्राणी, मनुष्याकृती इत्यादी नक्षी असते. काठ फुलांच्या नक्षीने फारच शोभिवंत करतात. बांधणीपद्धतीच्या साड्या वैशिष्ट्यपूर्ण असतात. रोजच्या जीवनातील प्रासंगिक गोष्टी त्यावर चितारतात. या साड्या पाटणला प्रामुख्याने होतात. गोठ वा जरीचे काठ लावूनही काही साड्या बनवतात.

चुंड्डी-साडी आकाराने लहान असून तिच्यावर नक्षी छापलेली असते. महाराष्ट्रातील चिरडीप्रमाणे ती असते. या साडीत नऊ रंग वापरतात. म्हणून तिला 'नवरंगी' असेही म्हणतात. नवानगर, जुनागड, अहमदाबाद व सुरत या ठिकाणी या साड्या प्रामुख्याने होतात. कच्छची कारगिरी प्रख्यात आहे. एकेकाळी प्रसिद्ध असलेल्या दमास्कसच्या तलवारीचे पोलाद कच्छमधूनच जात असे. आजही येथील सुऱ्या व चाकू प्रख्यात आहेत. त्यांच्यावरील रुप्याचे नक्षीकाम प्रसिद्ध आहे.

अशा या विविध कलाकुसरीच्या वस्तूंमधून गुजरातची कलादृष्टी व रसिकता प्रकट होते.

★★★

६. स्थलयात्रा

गुजराती लोकजीवन व कलाजीवन जसे वेधक आहे तसेच स्थलदर्शनही लोभस, प्रेरणादायी आहे. गुजरात प्रदेशात प्राचीन पुण्यक्षेत्रे जशी आहेत तशीच अर्वाचीन तीर्थक्षेत्रेही आहेत. रम्य नगरे आहेत, भव्य तलाव आहेत, विशाल उद्याने आहेत, विद्यापीठे आहेत.

अहमदाबाद

पश्चिम भारतातील हे मोठे शहर असून परवापरवापर्यंत गुजरात राज्याची राजधानी येथे होती. या शहराला सुमारे ९०० वर्षांचा इतिहास आहे. याचे प्रारंभीचे नाव अशावल होते, नंतर ते कर्णावती झाले. इ. स. १४११ मध्ये अहमदशहा सुलतानाने हे शहर वसवले आणि अहमदाबाद असे नाव दिले. अहमदाबाद शहरात मुस्लीम राजवटीत उभारल्या गेलेल्या भव्य व शिल्पकलेच्यादृष्टीने उत्कृष्ट अशा मशिदी व मनोरे आजही पाहावयास मिळतात. जामा मशीद ही त्यापैकीच एक. अहमदशहानेच ही मशीद बांधली. सारंगपूर दरवाजाच्या बाहेर सिद्दी बशीनची मशीद आहे. या मशिदीला दोन उंच मनोरे बांधले होते आणि त्यांचे वैशिष्ट्य असे की, एका मनोऱ्याच्या सज्जाला हात लावून तो हालवला की दुसरा मनोराही डोलू लागतो. स्थापत्यशास्त्रातील हा एक चमत्कारच समजतात!

एकतोडानी नावाच्या मशीदीवरही असाच एक झुलता मनोरा आहे. लाल दरवाजाजवळ सिद्दी-सैयदची मशीद साधीसुधीच आहे. या मशिदीच्या मागच्या बाजूला हवा आणि प्रकाश आत येण्यासाठी दोन दगडी जाळ्या बसवलेल्या आहेत. या जाळ्या म्हणजे दगडी कोरीव कामाचा अप्रतिम नमुना होय. एका झाडाची गुंतागुंतीची एक आकर्षक आकृती कोरली आहे. यावरून लाकडाची प्रतिकृती तयार करण्यात आली व ती न्यूयॉर्कमधील वेलिंग्टन वस्तुसंग्रहालयात ठेवण्यात आली आहे.

कांकरिया तलाव हे अहमदाबादचे निसर्गरम्य असे स्थळ आहे. बहात्तर एकर जमिनीवर हा विस्तीर्ण तलाव पसरलेला असून त्याच्या मध्यभागी नगीनावाडी नावाचे एक लहानसेच पण सुंदर उद्यान बनवलेले आहे. अहमदाबाद शहराच्या मधूनच साबरमती नदी वाहते. तिच्या पलीकडच्या तीरावर गांधीजींनी उभारलेला आश्रम आहे. या आश्रमात स्वराज्याचा बराच इतिहास घडला आहे. १९३० साली गांधीजींची सुप्रसिद्ध दांडी-यात्रा येथूनच निघाली होती.

अहमदाबाद शहर हे भारतातील एक प्रमुख औद्योगिक केंद्र म्हणूनही प्रसिद्ध आहे. येथे कापडाच्या सुमारे ६० गिरण्या असून याला हिंदुस्थानचे 'मँचेस्टर' असे म्हटले जाते. या गिरण्यांमुळे या शहरात मोठा व्यापार जसा चालतो, तसाच कामगारवर्गही मोठा आहे. 'मजूर महाजन' नावाची आदर्श कामगार संघटना गांधीजींनी याच शहरात प्रथम सुरू केली होती. गांधीजींचे साहित्य प्रसिद्ध करणारी 'नवजीवन ट्रस्ट' नावची प्रकाशन संस्था येथेच आहे.

बडोदे

अहमदाबाद ही गुजरातची राजकीय राजधानी होती, तर बडोदा ही सांस्कृतिक राजधानी होती! बडोदा म्हटल्याबरोबर आठवण होते ती श्रीमंत सयाजीराव गायकवाड महाराजांची. भारतात इंग्रजी आमदानीत बरीच संस्थाने होती. त्यात बडोदे हेही एक होते. पण इतर बहुतेक संस्थानांनी आणि तिथल्या राजांनी ख्यालीखुशाली, ऐषआराम, रेस, छंद आणि नाना तऱ्हेची व्यसने, प्रजेची पिळवणूक, गलथान कारभार, लहरीपणा याविषयीच कुप्रसिद्धी मिळविली. परंतु सयाजीराव महाराजांची कीर्ती पसरली आणि आजतागायत टिकली ती

त्यांच्या प्रजाहितदक्ष कारभारामुळे, त्यांच्या ज्ञान-कला व विद्येच्या लालसेमुळे. बडोद्यात पाऊल टाकताच याच्या खुणा पटतात.

विश्वामित्री नामक छोट्याशा नदीकाठी ही देखणी, वैभवशाली नगरी उभी आहे. स्वच्छ, सुंदर आणि प्रसन्न !

बडोद्यात मध्यवर्ती सूरसागर तलाव आहे. त्याने शहराची शोभा वाढवलेली आहे. मकरपुरा, नजरबाग आणि लक्ष्मीविलास असे तीन प्रेक्षणीय राजप्रासाद आहेत. त्यात लक्ष्मीविलासाचे वैभव आगळेच आहे. उत्कृष्ट चित्रांचे व शिल्पांचे दुर्मिळ नमुने तेथे पाहण्यास मिळतात. शहराच्या बाहेर विस्तीर्ण उद्यान आहे. वस्तुसंग्रहालय, पशुसंग्रहालय आणि चित्रसंग्रहालय या उद्यानातच आहेत. या संग्रहालयात नाना तऱ्हेच्या दुर्मिळ वस्तूंचे व कलाकृतींचे दर्शन होते. चित्रसंग्रहालयातील विविध कलाकारांची चित्रे पाहून डोळे निवतात!

बडोद्याचे ग्रंथसंग्रहालय ही फार प्रसिद्ध संस्था आहे. सयाजीरावांचे ग्रंथ प्रेम विलक्षण होते. त्या प्रेमापोटीच त्यांनी ही समृद्ध व अद्ययावत पद्धतीची संस्था काढली. विविध विषयांवरील उत्तमोत्तम, संशोधित ग्रंथांचे प्रकाशनही त्यांनी केले होते. कलेला आणि विद्येला त्यांनी उदार आश्रय दिला. त्यामुळेच नृत्य-नाट्य-संगीत-चित्र इत्यादी कलाशिक्षणाची सोयही तिथे झाली.

मराठी आणि गुजराती बांधवांची बडोदा ही संगमभूमी आहे. गुजराती माणूस बडोद्याला 'वडोदरा' म्हणतो.

पावागड

पावागड पर्वत हा गुजरातचा एक प्रसिद्ध पर्वत आहे. पावागडावर महाकालीचे मंदिर आहे. बडोदा शहरापासून पावागड २९ मैल आहे. पावागडाच्या जवळच ऐतिहासिक चांपानेर ही नगरी वसलेली होती. आज त्या, कोणे एके काळी वैभवाच्या शिखरावर असलेल्या, राजनगरीचे अवशेष मात्र आढळतात.

पावागडासंबंधी अनेक आख्यायिका ऐकायला मिळतात. मारुती जेव्हा द्रोणागिरी हातावर घेऊन चालला होता. त्यावेळी त्यातून खाली पडलेले एक ढेकूळ म्हणजे आजचा पावागड अशी दंतकथा सांगतात.

पावागडावर विश्वामित्र ऋषींचा आश्रम आहे. जवळच विश्वामित्री नदीचा उगम आहे. गडावर जाण्यासाठी तीन द्वारातून जावे लागते. पहिल्यांदा 'अटकाद्वार'- त्यातून चढून गेले म्हणजे 'हीना तलाव' लागतो. गोड व स्वच्छ पाण्याचा हा तलाव चढण्याचे श्रम हलके करतो. तिथून पुढे गेल्यावर लागते 'बुधिया द्वार' आणि नंतर भेटतो 'शहंशाह का दरवाजा!'

गांधीजींचा साबरमती आश्रम

गडावर खापरा नावाच्या लुटारूची मोठी हवेली एके काळी होती म्हणे! तिचे भग्नावशेष आजही दिसतात.

गडावर महाकाली व भद्रकाली अशी देवींची दोन मंदिरे आहेत. 'तेलिया सरोवर' आहे. नवरात्राच्या दिवसात गडावर मोठी यात्रा भरते.

गिरनार

गुजरातचा हा दुसरा गिरीराज. जुनागडपासून सुमारे मैलभर अंतरावरच आहे. याची उंची सरासरी १०६० मीटर आहे. भोवतालच्या झाडीतून याची शिखरे दिसतात. याच्या अनेक शिखरात अंबा, गोरख, काळिका, गुरुनेमिनाथ ही प्रमुख आहेत. प्राचीन काळी गिरनारलाच उज्जयंत किंवा रैवतक पर्वत म्हणत असत. प्रभास पर्वत अथवा वस्त्रापथक्षेत्र असेही म्हणत. हिंदू, जैन, बौद्ध, इस्लाम अशा विविध संस्कृतीचा येथे संगम आढळतो. येथील शिखरावर गोरखनाथ, दत्तात्रेय, अंबामाता, यांची मंदिरे आहेत. तसेच जैन श्रावकांची देवळे व धर्मशाळा आहेत. अशोकाचे १४ शिलालेख कोरलेले आहेत. शाक्तपंथी लोक प्राचीन काळी येथे राहात होते.

गिरनारच्या दक्षिणेस 'गीर' नावाची डोंगरमालिका आहे. तेथे घनदाट

जंगल आहे. त्याला गीरचे जंगल म्हणतात. या जंगलात देखण्या व रुबाबदार भारतीय सिंहाची वस्ती आहे. सध्या तेथे १७७ सिंह व त्यांचे छावे आहेत. दिवसेंदिवस ही संख्या घटत चालली आहे. त्यामुळे तेथे शिकारीस मज्जाव करण्यात आला आहे. या सिंहाची जोपासना करण्याची व्यवस्था सरकारने केली आहे. तसेच प्रवाशांना सिंह-दर्शनाचीही सोय केलेली आहे. पावसाळ्यानंतर नोव्हेंबरमध्ये सिंहदर्शन घेता येते. परंतु मार्च ते मे ह्या दिवसात जंगलही गवतहीन बनलेले असते आणि उकाड्याच्या त्रासामुळे सिंह देखील मोकळ्यावर हिंडत असतात. त्यामुळे या दिवसात सिंह दर्शनाचा पूर्ण आनंद अनुभवता येतो. सांबर, नीलगाय, विविध तऱ्हेची हरिणे, अस्वल, चित्ता इत्यादी जंगली जनावरेही दृष्टीस पडतात. गीर जंगलात प्रवशांसाठी राहण्याची उत्तम सोय शासनाने अलिकडे केलेली आहे.

चोरवाड

समुद्रकिनाऱ्यावरील हे एक रमणीय ठिकाण आहे. चोरवाडच्या आजूबाजूचा प्रदेश तऱ्हेतऱ्हेच्या फळाफुलांच्या उद्यानांनी आणि समृद्ध शेतीवाडींनी गजबजलेला आहे. प्रवाशांचे हे एक आवडते ठिकाण आहे. चोरवाडची नागवेलाची पाने फार प्रसिद्ध आहेत. येथील 'केशरी केरी' नावाचा आंबा फारच स्वादिष्ट व मधुर

पलिताणा -जैन मंदिरातील

असतो. बलसाड जिल्ह्यातील तीथल, उभराट, शुक्लतीर्थ आदी स्थळेही निसर्गसंपन्न व प्रेक्षणीय आहेत.

पालिताणा

शत्रुंजय नामक पर्वतावर जैनांची प्रसिद्ध मंदिरे असून स्थापत्य व शिल्पकलेबद्दल फार प्रसिद्ध आहेत. येथे अनेक मंदिरे असल्यामुळे पालिताणाला 'मंदिराची नगरी' असे म्हटले जाते. एकाहून एक सुंदर अशी आठशे त्रेसष्ट संगरवरी नक्षीदार बांधणीची मंदिरे येथे आहेत. त्यातील पहिला तीर्थंकर 'आदिश्वरा' चे मंदिर प्रमुख मानले जाते. त्याशिवाय आदिनाथ, कुपाहपाल, विमलक्षा, संपत्ती राजा आणि चौमुख ही मंदिरे महत्त्वाची आहेत. ही मंदिरे प्रथम अकराव्या शतकात बांधल्याचा उल्लेख आहे; १४-१५ व्या शतकात त्यांचा नाश झाला, परंतु सोळाव्या शतकानंतर आजची मंदिरे बांधली गेली. डोंगरावर उंचभागी असलेल्या मंदिरापर्यंत जाण्यासाठी पायऱ्यांचे जिने बांधलेले आहेत. मधूनमधून विश्रांतीसाठी विश्रामस्थाने आहेत. भावनगरापासून ५६ किलोमीटर अंतरावर व अहमदाबादपासून २१४ कि.मी. अंतरावर पालिताणा हे रेल्वे स्टेशन येते. कार्तिकी व चैत्री पौर्णिमा, फाल्गुन शुद्ध १३ व अक्षयतृतीया या दिवशी येथे उत्सव होतो. त्यावेळी हजारो यात्रेकरू, प्रवासी येत असतात.

डाकोर

डाकोरचे डाकोरनाथाचे मंदिर फार प्रसिद्ध आहे. हे वैष्णवांचे मोठे तीर्थस्थान आहे. नाडियादजवळ हे रेल्वेमार्गावर येते.

उदवाडा

हे पारशी लोकांचे पवित्र स्थान आहे. सुरतेजवळ हे रेल्वे मार्गावर येते. पारशी लोक धर्मरक्षणाच्या हेतूने इराणमधून गुजरातमध्ये येथे आले. समुद्र-किनाऱ्यावर असल्यामुळे रमणीय स्थळ आहे.

मोढेरा

सोलंकी वंशातील राजा भीमदेव ह्याने इ.स १०२६ मध्ये मोढेरा येथील सूर्य मंदिर बांधले. शिल्प सौंदर्याच्या दृष्टीने हे मंदिर फार प्रेक्षणीय असून आबूच्या दिलवाडा मंदिराशी याचे खूपच साम्य आढळते. कोणार्कच्या स्थापत्यकलेचे प्रतिबिंबही यात उमटलेले दिसते. सोलंकी राजा सूर्यवंशी होते. सूर्योपासक होते.

मोढेरा येथील हे सूर्यमंदिर आज भग्नावस्थेतच दिसते. सूर्यदेवाची मूर्तीही नाही. तथापि मंदिराचे अवशेषरूप स्तंभ, इतर मूर्ती, छत्र, द्वार यावरील पाषाण नक्षी पाहून मन स्तिमित होते. मध्ययुगातील विकसित शिल्पकलेची साक्ष पटते.

द्वारका

गुजरातेत एवढे मोठे व सुंदर सूर्यमंदिर अन्य नाही. अहमदाबाद किंवा मेहसाणा येथून मोटारीने मोढेराला जाता येते.

द्वारका

पश्चिम किनाऱ्यावर श्रीकृष्णाची द्वारका वसलेली आहे. चारीधाम यात्रेत व सप्तपुरांतही द्वारकेची महती गायलेली आहे. द्वारका हे गोमतीच्या तीरावर वसलेले लहानसे गाव जरी असले तरी त्याचे महात्म्य मोठे आहे- द्वारकाधीश श्रीकृष्णामुळे.

श्रीकृष्णाने ही सोन्याची नगरी समुद्रात विश्वकर्म्याच्या हस्ते निर्मिली अशी तिची पौराणिक ख्याती. श्रीकृष्णाने प्रभासक्षेत्री अवतार-समाप्ती केल्यानंतर ती समुद्रात बुडाली. द्वारकेतले आजचे कृष्ण-मंदिर कृष्णाचा नातू वज्रनाथ याने बांधले. श्रीकृष्णाला येथे 'रणछोडदास' हे नाव मिळाले आहे. मथुरेला असताना जरासंधाने स्वारी केली त्यावेळी तेथून युद्ध न करता रण सोडून श्रीकृष्ण येथे आला म्हणून हे नाव! रणछोडजीचे मंदिर साधे पण भव्य आहे. १७० फूट उंचीवर आहे. सभामंडप प्रशस्त आहे. रणछोडजीची मूर्ती श्यामलवर्णी, चार

फूट उंचीची आहे. जडजवाहिरांनी व नाना अलंकारांनी ती सुशोभित असते. रणछोडदास खूपच श्रीमंत आहे. बलरामाचे मंदिर याच मंदिरात आहे.

आद्य शंकराचार्यांनी स्थापन केलेल्या चार धर्मपीठांपैकी द्वारका हे एक आहे.

पश्चिम किनाऱ्यावरील 'द्वारिका' म्हणजे भारताचे 'लहानसे दार' असा याचा अर्थ सांगतात.

सोमनाथ

सोरठी सोमनाथ हे भारतातील एक प्रसिद्ध तीर्थस्थान आहे. सोमनाथला पौराणिक तसे ऐतिहासिक महत्त्व लाभलेले आहे. प्राचीन काळी सोमराजाला म्हणजे चंद्राला त्याच्या दक्ष श्वशुराने 'तू क्षयी होशील' असा शाप दिला. शापाचे कारण असे घडले होते की, सत्तावीस राण्यांपैकी रोहिणीवर चंद्राचे विशिष्ट प्रेम जडले होते. सव्वीसजणींनी प्रजापती दक्षपित्याकडे गाऱ्हाणे गायले. दक्षपित्यालाही राग आला आणि त्याने शाप दिला. या शापातून सुटका व्हावी, उ:शाप मिळावा या हेतूने सोमराजा या स्थळी आला. शिवलिंग स्थापून आराधना सुरू केली. सोमनाथने स्थापिले म्हणून सोमनाथ नावाने हे स्थळ प्रसिद्धीस आले.

सोमनाथवर गुजरातची महान भक्ती जडली. 'जय सोमनाथ!' ही त्यांची

सोमनाथ मंदीर

भक्तिपूर्ण वीरगर्जना बनली. शेतीभाती-व्यापारउदीम-चढाईलढाई जे काही करायचे ते सोमनाथावर विसंबून आणि लाभ पदरात पडला, विजय मिळाला म्हणजे तोही सोमनाथाच्या कृपेने असे समजून सोमनाथाला त्यातील अंश अर्पण व्हायचा. सोमनाथच्या आसनाखाली अलोट संपत्ती, धनदौलत जमा व्हायची. बारामास सोमनाथला यात्रा भरे. लांबलांबून भक्तजन यायचे. सोमनाथच्या श्रीमंतीची कीर्ती परकी आक्रमकांच्या कानापर्यंत पोचली. त्यांना लोभ सुटला आणि पहिल्यांदा गजनीच्या महंमदाने स्वारी करून सोमनाथ लुटले. भक्तांनी प्रतिकार केला. पण रक्ताचा सडा पडला, प्रेतांचा खच झाला. महमूद अलोट संपत्ती घेऊन गेला. असे अनेकवार घडले. चटक लागलेल्या आक्रमकांनी सोमनाथला वारंवार लुटले. अखेरचा घाव औरंगजेबाने घातला. मंदिर देखील छिन्नभिन्न करून टाकले. कालांतराने अहिल्याबाई होळकर यांनी लहानसे मंदिर उभारले.

स्वातंत्र्यप्राप्तीनंतर पुनश्च सोमनाथचा जीर्णोद्धार झाला. भारताचे पहिले राष्ट्रपती डॉ. राजेंद्रप्रसाद यांचे हस्ते नव्याने प्रतिष्ठापना करण्यात आली. या वेळी सोमनाथचे पौराहित्य तर्कतीर्थ लक्ष्मणशास्त्री जोशी यांनी केले होते.

हिरण्या, कपिला आणि सरस्वती या नद्यांचा जवळच त्रिवेणी संगम आहे. सरस्वती गुप्त आहे. हिरण्या नदीच्या काठीच श्रीकृष्णांनी आपला देह सोडला. म्हणून या स्थानाला 'देहोत्सर्ग क्षेत्र' म्हणतात.

सोमनाथ हे गुजरातचेच नव्हे तर भारताचे तीर्थस्थान आणि स्फूर्तिस्थान आहे. गुजरातमध्ये सुरत, जामनगर, भावनगर, जुनागड ही मोठमोठी शहरे पाहण्यासारखी आहेत.

पोरबंदर

पोरबंदर ही प्राचीन सुदामपुरी व अलीकडील म. गांधीजींची जन्मभूमी. या त्यांच्या जन्मभूमीत आता 'कीर्ति मंदिर' उभारलेले आहे.

गांधीनगर

गुजरातची ही नवी राजधानी अहमदाबादपासून २३ कि.मी. अंतरावर नव्याने वसवलेल्या 'गांधीनगर' येथे नेलेली आहे. 'गांधीनगर' उत्तरेला साबरमती नदीच्या काठीच वसवले आहे. येथील सचिवालयाला 'सरदार भवन' असे नाव वल्लभभाईंच्या स्मणार्थ दिलेले आहे.

या भागात नामांकित आंबराया आहेत. त्या तशाच राखून, या नव्या नगराची रचना ५,५०० हेक्टर भूमीवर नव्या पद्धतीने व आकर्षक रीतीने केली आहे.

★★★

७. अर्वाचीन गुजरातचे शिल्पकार

गुजरातची सामाजिक, राजकीय, शैक्षणिक इत्यादी क्षेत्रात आज जी प्रगती झालेली दिसते, तिच्यामागे काही पुरुषार्थी प्रयत्न आहेत. अशा प्रयत्नांतूनच देश किंवा प्रदेश आकार घेत असतो. अशाच काही पुरुषांचा हा अल्प परिचय

दुर्गाराम मेहता

राजा राममोहनराय, महादेव गोविंद रानडे किंवा गोपाळ गणेश आगरकर या महापुरुषांनी बंगाल, महाराष्ट्रात जे धर्म व समाजसुधारणेचे कार्य केले, तसेच गुजरातमध्ये वैचारिक आणि सुधारणात्मक असे प्रभावी आणि अत्यंत महत्त्वाचे कार्य दुर्गाराम मेहता यांनी केले आहे. आपल्या धर्मातील उणिवा त्यांनी निर्भीडपणे समोर मांडल्या आणि धर्मातून संशय, अज्ञान, अंधश्रद्धा निघून जाव्यात यासाठी त्यांनी सुरतमध्ये धर्मयुद्ध चालवले. दुर्गाराम स्वत: नागर ब्राह्मण होते, तरीही त्यांनी नात्यागोत्याचे रीतिरिवाज सोडून दिले आणि भूत, प्रेत इत्यादी चमत्कारांच्या समजुतींवर घाणाघात केले. त्यांनी विज्ञानविषयक लेख लिहिले आणि समाजसुधारकांचा एक गट तयार केला.

इ.स. १८४४ मध्ये दुर्गाराम यांनी 'मानवधर्म सभा' सुरत शहरात स्थापन केली आणि तिच्यामार्फत समाजसुधारणेचे कार्य सुरू केले. संस्थेच्या नावावरूनच ध्यानात येईल की, दुर्गाराम यांचा धर्म म्हणजे 'मानवधर्म' होता. त्यांनी त्या काळी देखील निर्भीडपणाने अस्पृश्यतेला विरोध केला आणि म्हटले, ''या जगात जन्माने भंगी कोणीच नाही. कर्माने कोणाला आपण भंगी म्हणतो... पण जेव्हा तो कामाने, वागण्याने स्वच्छ होऊन आपल्याकडे येतो तेव्हा त्याला अटकाव करण्याचा विचार करण्याचे काहीच कारण नाही.''

दुर्गारामांनी विधवाविवाहाचा पुरस्कार केला, तसेच मूर्तिपूजेलाही विरोध केला. कोणत्याही गुरूचा किंवा शास्त्राचा शब्द प्रमाण न मानता स्वतंत्र विचार

करण्याची प्रथा सर्वांच्या आधी गुजरातेत दुर्गारामांनी सुरू केली.

नर्मदाशंकर लालशंकर दवे

कविवर्य नर्मद यांचा जन्म २४ ऑगस्ट १८६३ मध्ये सुरत येथे वडनगरा ब्राह्मण परिवारात झाला. मुंबईच्या एलफिस्टन इन्सिटट्यूटमध्ये त्यांचे शिक्षण झाले. कवी म्हणून साहित्यक्षेत्रात त्यांनी जशी मोठी कामगिरी बजावली तशीच एक सामाजिक कट्टर सुधारणावादी म्हणूनही सामाजिक क्षेत्रात सेवा केली. सुधारणावाद्यांचे नर्मद हे नेते होते. त्यांचा प्रभाव सर्व गुजरातभर होता. त्यांच्या विचारांनी शिक्षित गुजरात पल्लवित झाला आणि म्हणून त्यांना 'सुधारणायुगाचे जनक' असे संबोधतात. एलफिस्टन इन्स्टिटट्यूटमधल्या तरुण विद्यार्थ्यांनी स्थापलेली 'बुद्धिवर्धक सभा' ही एक नव्या वैचारिक जागृतीचे केंद्र बनले व त्यातूनच पुढे १८५१ साली 'बुद्धिवर्धक हिंदुसभा' जन्मास आली. नर्मदच तिचे प्रणेते होते. या सभेचा ओढा धर्मचर्चेपेक्षा विद्याप्रसार आणि समाजसुधारणा याकडेच असे. इंग्रजी साहित्याच्या वाचनाने देशप्रेमाची नवी भावना या स्वरूपात जागृत झालेली होती. 'पॅट्रिऑटिझम' ला नर्मदांनी 'स्वदेशाभिमान' असा शब्द वापरला आहे. देशहिताची चिंता ही नर्मदांच्या विचारातील मुख्य भावना होती. त्यामुळे स्वातंत्र्य, विद्याप्रीती, सामाजिक सुधारणा, धार्मिक सुधारणा, साहित्यातील विविध प्रकार इत्यादी गोष्टींना महत्त्व प्राप्त झाले. नर्मदा यांच्या अंगी उत्साह, हिंमत, दृढनिश्चय व करारीपणा भरपूर होता. बंगालच्या ब्राह्मसमाजाच्या विचारांचा त्यांच्यावर प्रभाव होता. त्यामुळे आपला समाज बदलून टाकावा अशी बंडखोर वृत्ती त्यांच्या ठायी प्रबळ होती. अंधश्रद्धेविरुद्ध त्यांनी प्रचंड झुंज दिली. सामाजिक रीतिरिवाजांवर ते प्रहार करीत. तत्कालीन गुजरातच्या जीवनात नवचैतन्य नर्माण करण्यात नर्मदांचा वाटा मोठा आहे.

विठ्ठलभाई पटेल

विठ्ठलभाई झवेरभाई पटेल यांचा जन्म २७ डिसेंबर १८७३ रोजी नडियादा येथे झाला. सरदार वल्लभभाई पटेलांचे हे थोरले बंधू. प्रारंभीच्या काळात यांनी वकिली केली, पण १९११ पासून सार्वजनिक क्षेत्रात ते उतरले. १९१२ साली ते मुंबई कौन्सिलचे सदस्य बनले. १९१५ साली त्यांनी कॉंग्रेसच्या कार्यात मोठा वाटा उचलला. गुजरातमध्ये राष्ट्रीय विचारांचा प्रसार केला. १९१७ साली ते 'इंपिरियल लेजिस्लेटिव्ह कौन्सिलचे' सदस्य बनले. लोकमान्य टिळकांचा प्रभाव विठ्ठलभाईंवर फार होता. ते कौन्सिल प्रवेशवादी होते. कौन्सिलमध्ये जाऊन इंग्रजांच्या अन्यायी राज्यकारभारावर ते आपल्या अभ्यासपूर्ण वक्तृत्वाची

तोफ डागत असत. त्या काळात पं. मोतीलाल नेहरू, चित्तरंजनदास यांच्याप्रमाणेच विठ्ठलभाईंनीदेखील उत्तम संसदपटू म्हणून लौकिक कमावला होता.

ठक्करबाप्पा

अमृतलाल ठक्कर यांचा जन्म काठेवाडात भावनगर येथे २७ नोव्हेंबर १८६९ रोजी झाला होता. अस्पृश्य, दीन-दलित यांच्याविषयी त्यांच्या मनात बालपणापासून करुणेची व सहानुभूती भावना होती. १९१४ साली ते गोपाल कृष्ण गोखले यांच्या 'भारत सेवक समाजाचे' सेवक बनले.

१९२० साली असहकारितेच्या चळवळीत ते आले. स्वदेशी प्रचार, खादी आदी कामांत त्यांनी विशेष लक्ष घातले. राजकारणापेक्षा सेवाकार्यात त्यांना विशेष रुची होती. १९२२ ते १९३२ ही दहा वर्षे त्यांनी प्रामुख्याने आदिवासी भिल्लांची सेवा करण्यात घालवली. त्यांचे अज्ञान, दारिद्र्य, बेकारी, गरिबी, अंधविश्वास दूर करण्यासाठी अहर्निश परिश्रम केले. गांधीजींच्या अस्पृश्योद्धाराच्या कार्यात ठक्करबाप्पांनी तनमनाने भाग घेतला. ते मानवतेचे पुजारी होते. १९ जानेवारी १९५१ रोजी त्यांचे निधन झाले. ठक्करबाप्पांच्या विषयी गांधीजींनी म्हटले होते, "ठक्करबापा हे एक विरळा लोकसेवक आहेत. त्यांचा स्वभाव नम्र आहे. प्रशंसेची त्यांना भूक नाही. त्यांचे जीवनकार्य हाच त्यांचा संतोष आणि हीच त्यांची विश्रांती."

सयाजीराव गायकवाड

सयाजीराव गायकवाड

गुजरातेतील बडोदा संस्थानचे हे १८८१ ते १९३९ पर्यंत अधिपती होते. अन्य संस्थानिकांप्रमाणे यांनी केवळ सुखोपभोगात व ऐषआरामात काळ कंठला नाही. अनेक वेळा जगाचा प्रवास केला आणि परदेशात ज्या ज्या चांगल्या गोष्टी दिसल्या त्या, त्या आपल्या संस्थानात करण्याचा प्रयत्न केला. ते स्वत: मोठे विद्याव्यासंगी, नाना कलांचे चाहते व रसिक होते. त्यांनी आपल्या संस्थानात पडदापद्धती, बाल-विवाह, कन्याविक्रय इत्यादी दुष्ट रूढींना बंदी केली. प्राथमिक शिक्षण सक्तीचे केले. पुरोगामी व लोकोपयोगी असे अनेक कायदे केले. देशी भाषांना उत्तेजन दिले. मध्यवर्ती

व फिरत्या वाचनालयांची सोय केली. गुजराती-मराठी प्रजेचे प्रेम त्यांनी संपादन केले होते. लो. टिळक, अरविंद महर्षी वगैरे नेत्यांशी व क्रांतिकारकांशी त्यांचा घनिष्ट संबंध होता. यामुळे त्यांना ब्रिटिशांचा रोषही प्रसंगी पत्करावा लागला, पण सयाजीरावांनी ब्रिटिशसत्तेपुढे लाचारीने कधी मान तुकवली नाही. लंडनमध्ये भरलेल्या दोन गोलमेज परिषदांना ते हजर राहिले होते. तत्त्वज्ञान, धर्म, साहित्य आदी कार्यांना त्यांनी सक्रिय साहाय्य दिले होते. हिंदी संस्थानात त्या वेळी बडोदा हे एक आदर्श, प्रगतीपर संस्थान म्हणून गणले जात असे ते सयाजीराव महाराजांमुळेच होय.

रविशंकर महाराज

गुजरातेत 'महाराज' म्हणूनच ज्यांना ओळखतात अशी एक नव्वदीच्या घरातील वृद्ध, प्रेमळ व्यक्ती होते. या सत्पुरुषाचे नाव आहे रविशंकर शिवराम व्यास. खेडा जिल्ह्यातील महेमदाबाद तालुक्यातील सरसवणी हे त्यांचे गाव. बारैये, पाटणवाडिये, धाराळे, ठाकर इत्यादी मागासलेल्या जमातींचे व्यास हे पिढीजात 'गोर' म्हणजे पौराहित्य करणारे उपाध्ये. या मागासलेल्या जमाती पूर्वी गुन्हेगार जमाती म्हणूनच ओळखल्या जात असत. चोरी करून, दरोडा घालूनच ते जगत असत आणि त्यांच्यापुरते 'धाड घालणे' हे पुरुषार्थाचे लक्षण मानण्यात येई. त्याशिवाय त्यांच्या जामतीत लग्ने होत नसत. इतकेच नव्हे, तर नवऱ्याने चोरी केली नाही, धाड घातली नाही तर त्याची बायको त्याला 'नादान' म्हणून हिणवीत असे. अशा या गुन्हेगार जमातीतल्या लोकांना सुधारण्याचे व त्यांना मानवतेचे हक्क मिळवून देऊन माणसांत आणण्याचे व्रत रविशंकरांनी घेतले. साठ वर्षे अहर्निश त्यासाठी झटले, झिजले आणि किती तरी गुन्हेगारांचा हृदयपालट करून त्यांनी त्यांना चांगल्या मार्गाला लावले. गावोगावी ते अनवाणी पायाने फिरले. गुन्हेगारांना जवळ घेतले, कुरवाळले. सभ्य माणसांनी दूर केलेल्या त्या माणसांना रविशंकरांनी वत्सलता दिली. ते सारे त्यांना 'महाराज' म्हणू लागले. रविशंकर 'गुजरातचेच महाराज' बनले.

स्वातंत्र्याच्या लढ्यात महाराजांनी भाग घेतला. गांधीजींच्या सर्व कार्यात ते सामील झाले. तुरुंगवास भोगला. स्वदेशीचा प्रसार केला. विनोबांच्या भूदान आंदोलनातही भाग घेतला. साऱ्या गुजरातला महाराजंबद्दल अपार आदर वाटतो.

महादेवभाई देसाई

महादेवभाईंना गांधीजींची पडछाया असेच म्हटले जाई. सुरतजवळील आलपेड नावाच्या गावी १ जानेवारी १८९२ रोजी महादेव भाईंचा जन्म झाला. सुरत व मुंबई येथे त्यांचे शिक्षण झाले. १९१६ साली ते एल. एल. बी. झाले.

एका बँकेत नोकरीस लागले, पण त्यांच्या चित्ताला ती मानवेना आणि १९१७ साली महादेवभाई सहकुटुंब गांधीजींच्या साबरमती आश्रमात दाखल झाले. तिथून ते पूर्णत्वाने गांधीजींचे म्हणजे पर्यायाने देशाचेच झाले. गांधीजींच्या विशाल जीवनात त्यांनी स्वत:ला विसर्जित करून टाकले होते. गांधीजी त्यांना आपला मुलगा मानत असत. गांधीजींच्या सर्व कार्यात ते त्यांच्या बरोबर राहिले आणि १९४२ च्या लढ्यात गांधीजी आगाखान पॅलेसमध्ये बंदिवासात असतानाच १५ ऑगस्ट १९४२ रोजी महादेवभाईंचे निधन झाले. असे समर्पित जीवन फारच विरळा!

पुढच्याच वर्षी गांधीजींच्या पत्नी कस्तुरबांचे तिथेच निधन झाले. 'बा' आणि महादेवभाई यांची वेगवेगळी स्मृती-समाधी आगाखान पॅलेसमध्ये आहे.

महादेवभाईंचे सुपुत्र नारायण देसाई हे सर्वोदय-आंदोलनातील आजचे आघाडीचे कार्यकर्ते आहेत.

जुगतराम दवे

बाल-शिक्षणाचे आचार्य म्हणून यांची गुजरातेत ख्याती आहे. सुरतेजवळ आदिवासी भागात, वेडछीनामक गावी एखाद्या तपस्व्याच्या निष्ठेने जुगतरामभाईंनी शिक्षणसाधना केली. गांधीजींनी 'बुनियादी तालीम' नावाने आपले शिक्षणाविचार मांडले. त्यांच्या विचारानुसार शैक्षणिक कार्य करण्यासाठी जे लोक प्रेरित झाले, त्यांपैकी जुगतरामभाई हे एक प्रमुख होते. त्यांनी आपले सारे जीवन 'बाल-शिक्षणा'साठी समर्पित केले. या क्षेत्रात त्यांनी अनेक प्रयोग केले. चिंतन केले. प्रसार केला. गुजरातमध्ये गावोगाव सर्वत्र आज बालवाड्या दिसतात. आपली मुले संस्कारी, सदाचारी, बुद्धिमान व सुनागरिक बनावीत यासाठी त्यांच्या शिक्षणासाठी प्रारंभापासूनच लक्ष पुरविले पाहिजे ही महत्त्वाची जाणीव पालकांत व शिक्षणवर्गातही जुगतरामभाईंनी निर्माण केली.

मोरारजी देसाई

बलसाड जिल्ह्यातील भदेली गावी २९ फेब्रुवारी १८९६ रोजी अनाविल ब्राह्मण जातीत यांचा जन्म झाला. मोरारजी रणछोडदास देसाई हे त्यांचे पूर्ण नाव. १९३० साली यांनी सरकारी नोकरी सोडून स्वातंत्र्याच्या लढ्यात भाग घेतला. तुरुंगवासही भोगला. स्वातंत्र्यानंतर प्रथम मुंबई प्रांताच्या मंत्रिमंडळात व नंतर केंद्रीय मंत्रिमंडळात त्यांनी अर्थमंत्री व उपपंतप्रधान म्हणून काम केले. मुंबई प्रांताचे तर ते मुख्यमंत्री होते. एक तत्त्वनिष्ठ व करारी शासक म्हणून ते ओळखले जातात. १९६९ साली काँग्रेसपक्ष दुभंगला आणि तेव्हापासून मोरारजी संघटना काँग्रेसचे नेते आहेत.

नानाभाई भट्ट

बालशिक्षणाच्या क्षेत्रात गुजरातमध्ये मॉंटेसरीसारखी स्थान गिजुभाई बधेका, हरभाई त्रिवेदी आणि नानाभाई भट्ट यांनी 'दक्षिणामूर्तीची' स्थापना करून मिळवले. 'बालकने मराय तो नहीज परंतु वढाय पण नहीं' म्हणजे बालकाला मारू नये, पण रागावूही नये हा मंत्र दक्षिणामूर्तीने घरोघर पोचवला. पुढे नानाभाई आपल्या काही सहकाऱ्यांसह भावनगरजवळच्या 'आमला' गावी गेले व ग्राम दक्षिणामूर्ती संस्थेमार्फत त्यांनी ग्रामीण संस्कृतीला पोषक अशा शिक्षणकार्याला सुरुवात केली. यातूनच पुढे सणोसरा येथे १९५३ साली लोकभारती ग्रामविद्यापीठाची स्थापना केली. लोकभारतीची दृष्टी भारतीय संस्कृती व आधुनिक वैज्ञानिक विचारप्रवाह यांचा समन्वय करून उच्च शिक्षणाचे कार्य करण्याचे आहे. नानाभाईंनी विविध शैक्षणिक प्रयोग करून तरुणांच्यामध्ये नवीन जिद्द आणि जीवननिष्ठा निर्माण केली आहे.

दादासाहेब मावळणकर

गुजरातने ज्यांना व ज्यांनी गुजरातला आपले म्हटले अशा महाराष्ट्रीयांपैकी मावळणकर हे एक प्रमुख. आचार्य काकासाहेब कालेलकर. मामासाहेब फडके यांनीही गुजरात आपली कर्मभूमी मानली होती. दादासाहेब हे विख्यात कायदेपंडित होते. गांधीजींच्या आंदोलनात सर्वस्वाने होते. पांडित्य, तपस्या व सौजन्यशील स्वभाव यामुळे भारतीय लोकसभेचे पहिले सभापती म्हणून त्यांची उचित निवड झाली होती. त्यांनी आपल्या कारकिर्दीत भारतीय लोकसभेत चांगल्या परंपरा रूढ केल्या. अहमदाबादेतील 'लास्की इन्स्टिट्यूट' या संस्थेच्या संस्थापनेतही त्यांचा भाग मोठा होता. आज त्यांचे सुपुत्र खासदार पुरुषोत्तम मावळणकर हेही या संस्थेच्या व गुजरातमधील समाजकार्याच्या आघाडीवर आहेत.

★★★

८. विकासोन्मुख गुजरात

स्वातंत्र्यानंतर देशात स्वराज्याचे सुराज्य करण्यासाठी प्रयत्न सुरू झाले. नियोजन मंडळाची स्थापना झाली. पंचवार्षिक योजनांची आखणी झाली. गुजरातही विकासकार्यात मागे नाही.

गुजरातेत शेती हाच प्रमुख व्यवसाय आहे. सध्या गुजरातमधील एकूण जमिनींपैकी ५४ टक्के जमीन लागवडीखाली आहे. गुजरातमध्ये पावसाचे सरासरी प्रमाण कमी आहे आणि पाणी पुरवठ्याच्या योजनाही मूळच्या कमी होत्या. स्वातंत्र्यपूर्व काळात त्या जवळजवळ नव्हत्याच म्हटल तरी चालेल. परंतु या पंचवीस वर्षांत बऱ्याच योजना हाती घेण्यात आल्या. त्यात तापी नदीवरील बहुउद्देशीय 'उकाई योजना' व 'काक्रापारा' पाणीपुरवठा योजना, मही नदीवरील बहुउद्देशीय 'कडणा योजना' व मही पूर्व काठ कालवा, बनारस नदीवरील 'दंतीवाडा' पाणीपुरवठा योजना आणि हातमती, मैशवा, सरस्वती, शेत्रुंजी, भादर, मच्छू, साबरमती या नद्यांतील पाणीपुरवठा योजना प्रमुख आहेत. यातील बहुतेक पुऱ्या होत आल्या असून त्यामुळे गुजरातमधील पाणीपुरवठा क्षेत्राचा बराच विस्तार झाला आहे. नर्मदा नदीवरील बहुउद्देशीय नर्मदा प्रकल्प ही एक मोठी योजनाही कार्यान्वित होत आहे. गुजरात राज्यात सध्या १२०९ सरकारी व १२ खाजगी स्वरूपाचे कालवे आहेत. त्याचप्रमाणे ६९९७ विहिरी, ३२६ तळी, व २९३ अन्यमार्गांनी पाणीपुरवठा होतो आणि २९,७३,००० हेक्टर जमीन त्याखाली भिजते.

या राज्यातील 'उकाई' व 'कडणा' या दोन योजनांपासून १,९०,००० किलोवॅट जलविद्युत निर्माण होते. याशिवाय बाष्प व डिझेल तेल यांच्या साहाय्याने ६७.३७५ किलोवॅट वीज निर्माण केली जाते.

सध्या गुजरात राज्यातील शहरे खेडी मिळून सुमारे १२०० ठिकाणी

वीजपुरवठा करण्यात येतो.

राज्यात विद्युतनिर्मितीची एकंदर क्षमता २३८८७ मेगावॅट असून त्यापैकी १८८४१ मेगावॅट औष्णिक, ५५९ मेगावॅट आण्विक, ७७२ मेगावॅट जलविद्युत तर ३७१५ मेगावॅट अपारंपारिक स्त्रोतांतून मिळणारी वीज आहे.

गुजरात राज्यात उद्योगधंद्यांची वाढही झपाट्याने होत आहे. पूर्वी कापड-गिरण्यांपुरतीच औद्योगिक प्रगती मर्यादित होती. महागुजरातमध्ये ही उणीव भरून निघत आहे. गुजरातचे औद्योगिक चित्र वैविध्यपूर्ण होत आहे. बडोदा आणि सुरत या शहरांच्या परिसरात रासायनिक, औषधी, विद्युत व तांत्रिक उपकरणे, कागद, कृत्रिम धागे इत्यादी अनेक प्रकारचे कारखाने आणि त्यांच्या अनुषंगाने अनेक छोटे उद्योगधंदे उभे राहिले आहेत. राज्यात एकूण १६०० मोठे व मध्यम उद्योग आणि १,९४,००० लघु उद्योग असून १,१४,६४७ कोटी रु. ची एकूण गुंतवणूक त्यांमध्ये झालेली आहे. म्हणजे देशाच्या एकूण गुंतविलेलेल्या भांडवलाच्या ही २० टक्के आहे.

यांत्रिक उपकारणांच्या उत्पादनाचे राजकोट हे एक नवीन केंद्र निर्माण झाले आहे. याशिवाय सौराष्ट्रात भावनगर, पोरबंदर, जामनगर, धारका, मिठापूर, ध्रांगध्रा इत्यादी ठिकाणी लहान मोठी कारखानदारीची वाढ होत आहे.

अंकलेश्वर येथे सापडलेल्या तेलाचे शुद्धीकरण करणारा काखाना बडोद्याजवळ कोयडी येथे निघत असून, जवळच एक मोठा 'गुजरात स्टेट फर्टिलायझर' खतांचा कारखानाही निघत आहे.

सौराष्ट्राच्या भागात चुन्याच्या दगड मोठ्या प्रमाणात मिळत असल्यामुळे पोरबंदर, राणावाव, जामनगरजवळील सिक्का आणि ओखा येथे सिमेंट उद्योग वाढला आहे. पूर्वभागात चिनीमातीच्या भांड्यांचे कारखाने व समुद्रकिनारी भागात मीठ उत्पादन वाढले आहे.

गीर भागात सत्तर हजार उत्कृष्ट गाई-म्हशी आहेत. तेथे दुधदुभत्याचा उद्योग मोठ्या प्रमाणावर चालतो. आनंद येथील 'अमूल डेअरी', मेहसाना येथील 'दूधसागर डेअरी' हा सहकारी पद्धतीने चाललेला दुग्धव्यवसाय भरभराटीत आहे. अहमदाबाद, राजकोट, जामनगर, सुरेंद्रनगर, जुनागड, भावनगर व बडोदा येथे दुग्धव्यवसाय चालतो. उत्तम गाई-म्हशी व त्यांना लागणारा चारा याची पैदास फार चांगली होते. 'अमूल डेअरी' ही आशिया खंडातील एक प्रथम दर्जाची डेअरी मानली जाते.

मीठापूर येथे टाटांचा व कांडलाजवळ सरकारी खत कारखाना कार्यान्वित

होत आहे.

कांडला बंदरानजीक 'गांधीधाम' नगर वसवण्यात आले. सिंधी निर्वासितांची तेथे व्यवस्था करण्यात आली. तेथेही लहानमोठे उद्योगधंदे उभे राहिले आहेत.

मच्छीमारीचा धंदाही या राज्यात विशेष जोराने चालतो. त्या धंद्याला उत्तेजन व संरक्षण देण्यासाठी ही योजना झालेली आहे.

गुजरातने खेड्यापाड्यातून पंचायती राज्याचा स्वीकार केला असून १७ जिल्हा पंचायती, १८२ तालुका पंचायती, ५५ नगर पंचायती व ११,८६४ ग्रामपंचायती १८,४०९ खेड्यातून काम करीत आहेत. त्याशिवाय काही स्थानिक गोष्टीसाठी २०८३ न्याय पंचायती स्थापन झालेल्या आहेत.

शिक्षणाचा प्रसारही द्रुतगतीने होत आहे. बालवडीपासून, पदवीशिक्षणापर्यंत योजनाबद्ध कार्य चालू आहे, ७ ते ११ वर्षांच्या बालकांसाठी सक्तीचे मोफत शिक्षण आहे. ५०० लोकवस्तीच्या गावाला शाळा आहे. मूलोद्योग शिक्षणाच्या शाळाही आहेत.

राज्यात २,०१० माध्यमिक शिक्षण देणाऱ्या संस्था आहेत. त्याशिवाय भिन्न भिन्न उद्योगधंद्याला आवश्यक अशा शिक्षणाचीही व्यवस्था केलेली आहे.

गुजरात राज्यात एम. एस. विद्यापीठ - बडोदा, गुजरात विद्यापीठ - अहमदाबाद, सरदार वल्लभभाई विद्यापीठ, गुजरात युनिव्हर्सिटी, सौराष्ट्र युनिव्हर्सिटी अशी सात विद्यापीठे आहेत. कृषि विद्यापीठ कार्यान्वित आहे. त्याशिवाय 'फिजिकल रिसर्च लॅबोरेटरी', 'अहमदाबाद टेक्टाईल इंडस्ट्री रिसर्च असोसिएशन' आदी १९ संशोधन संस्था काम करीत आहेत.

शिक्षण व विज्ञान क्षेत्रातील काही अग्रगण्य संस्था या राज्यात आहेत. उदाहरणार्थ — आयआयटी, गांधीनगर, इंडियन इन्स्टिट्यूट ऑफ मॅनेजमेंट, अहमदाबाद नॅशनल इन्स्टिट्यूट ऑफ डिझाईन, अहमदाबाद, स्पेस रीसर्च सेंटर आणि इंडियन स्पेस रीसर्च ऑर्गनायझेशन, गुजरात सायन्स सिटी, सेंट्रल सॉल्ट अँड मरीन केमिकल्स रीसर्च इन्स्टिट्यूट, इन्स्टिट्यूट ऑफ रूरल मॅनेजमेंट, आणंद वगैरे त्याशिवाय खाजगी शिक्षणसंस्थामध्ये बीके स्कूल ऑफ मॅनेजमेंट, निर्मा युनिर्व्हसिटी, मुद्रा इन्स्टिट्यूट ऑफ कम्युनिकेशन पण सुप्रसिद्ध आहे.

शारीरिक शिक्षण, सैनिकी शिक्षण व तांत्रिक शिक्षण यांचीही ठिकठिकाणी सोय केलेली आहे. जुने हस्तोद्योग व कला यांना सवलती देऊन उत्तेजन देण्याचे प्रयत्न सुरू आहेत.

आरोग्याच्या दृष्टीने राज्यात काळजी वाहिली जाते. सध्या २५१ प्राथमिक

आरोग्य केंद्रे आणि १०,७०३ खाटांची व्यवस्था सरकारी हॉस्पिटल्समधून आहे.

एकूण लोकसंख्येपैकी ७८.०३ टक्के लोक साक्षर असून त्यात पुरुष ८५.७५ तर स्त्रिया ६९.६८ टक्के असे प्रमाण आहे.

वाहतूक व दळणवळणाच्या साधनांचीही समाधानकारक वाढ राज्यात झाली आहे. 'दि गुजरात स्टेट रोड ट्रान्सपोर्ट कॉर्पोरेशन' प्रस्थापित झाले असून प्रवासी मोटरधंद्याचे पूर्णपणे राष्ट्रीयीकरण झालेले आहे.

ऐतिहासिक व प्रेक्षणीय स्थळांना भेटी देण्यासाठी पर्यटन खात्याने वाहतुकीची व इतर सोय केलेली आहे व निसर्गरम्य स्थळी 'विश्रामगृहे' बांधली आहेत.

विकासाच्या दृष्टीने चोहोबाजूंनी महागुजरातची वाटचाल झाली आहे, आणखी होणार आहे.

★ ★ ★

९. *गुजराती लोकसाहित्य*

लोकसाहित्य ही त्या त्या भाषेची एक अमूल्य अशी ठेव आहे. लोकभावना, लोकाचार आणि लोकस्थिती यांचे दर्शन घडवीत असते. प्रत्येक भाषेत असे साहित्य आहे. गुजरातीतही आहे.

गुजराती लोकसाहित्यात धार्मिक व ऐतिहासिक भावनेने रचलेले कथा-काव्य, आणि लग्नकार्य, स्थानिक घटना, गरबा, रास यांची गीते, असे विपुल आणि विविध प्रकारचे लोकसाहित्य आहे. झवेरचंद मेघाणी यांनी हे विखुरलेले धन एकत्र करून साक्षेपाने संपादिले आहे.

काही पारंपरिक बालगीते, म्हणी व गुजराती लोककथेची ही वानगी :

बालगीते

१

भाई मारो डाह्यो

पाटसे बेसी नाह्यो

पाटलो गये खसी

भाई उठ्यो हसी

- भाऊ माझा शहाणा. पाटावरती आंघोळ केली. पाट केला सरकून, भाऊ उठला हसून.

२

में एक बिलाडी पाळी छे

ते रंगे बहु रूपाळी छे

ते धीमे धीमे चाले छे

ने हळवे हळवे भाळे छे

घी खाय, गोळ खाय

दूध तो चप चप चाटी जाय ।

- मी एक मांजर पाळले आहे. ते रंगाने सुंदर आहे. ते हळूहळू चालते. टुकुटुकु बघते. तूप खाते, गूळ खाते. दूध तर चटपट चाटून टाकते.

३

दादानो डंगरो लीधो
तेनो तो में घोडो कीधी,
घोडो चाले रमझम,
धरती गाजे धमधम
धमधम धरती थाती जाय,
मारो घोडो कूदतो जाय,
कूदतां कूदतां आवे कोट,
कोट कूदीने मूके दोट.

- आजोबांची काठी घेतली. त्याचा घोडा केला. घोडा धावतो दणदण, जमीन वाजते धपधप. जमीन वाजत राहते आणि घोडाही पळत राहतो. पळता पळता भिंत आली. भिंतीवरून उडी मारली.

खेळातला गडी निवडण्याचा मंत्र

मराठी मुले जसे 'अरिंग मिरिंग' करून खेळातले गडी निवडून घेतात, त्याप्रमाणे गुजराती मुले देखील खालील मंत्र म्हणून गडी निवडताता. 'खजूर' शब्द ज्याच्यावर येईल तो निवडला जातो. असे करीत शेवटी जो उरतो. त्याच्यावर राज्य येते.

अडको दडको दहिने फोदो
दहि दडूके ऊलू पाके
पीलू पाके, चांदणीये,
साकर, शेरडी, खजूर !
गुजराती म्हणी

- नाम मोटा अने दर्शन खोटा
- नाव मोठे आणि दर्शन खोटे

- एक माळाना मणका
- एकाच माळेचे मणी

- सांभळवुं सौनुं, करवु मननुं
- ऐकावे जनाचे, करावे मनाचे

- जेनू काम तेनू थाय, बिजा करे तो गोता खाय
- ज्याचं काम त्यानंच करावं, दुसऱ्यानं केलं तर धोक्यात येतो.

- सोनानी थाळीमां लोहानी मेख
- सोन्याच्या थाळीत लोखंडाची मेख

गुजराती लोककथा

शेठनी शिकामण झांपासुधी !

गुजरात प्रदेशातल्या एका गावची ही गोष्ट. त्या गावात बराच मोठा व्यापारधंदा चालत असे. उदीरामशेठ हे अशाच एका मोठ्या व्यापाऱ्यांपैकी बडी आसामी. उदारामांच्या बऱ्याच पेढ्या ठिकठिकाणी होत्या आणि त्यांचा व्यापारही दूरदूरच्या प्रदेशांशी होत असे.

व्यापाराचा पसारा मोठा असल्यामुळे नोकर-चाकर, कारकून, मुनीम इत्यादी सेवकवर्गही तेवढाच मोठा होता.

एकदा एका राजाच्या मुलीचे लग्न ठरले. आता राजाच्या मुलीचे ते लग्न! कपडेलत्ते, दागदागिने, भांडीकुंडी ही लागणारच आणि तीही चांगली भारी किंमतीची हवीत.

राजाने उदीरामशेठना बोलावणे धाडले. उदीरामशेठ निरोप मिळताच तडक राजवाड्यात येऊन दाखल झाले. राजाने त्यांना सांगितले, "शेठजी, मुलीच्या लग्नासाठी भारी कपडे, जडजवाहिर पाहिजे."

शेठजी म्हणाले, "हो हो. खास माणूस पाठवून दिल्लीवरूनच सगळा माल मागवतो म्हणजे झाले !"

नंतर उदीरामशेठ घरी आले. त्यांनी आपल्या मुनिमांपैकी एकाला बोलावले. हा मुनीम सर्व मुनिमांमध्ये जरा अधिक हुषार व चलाख होता. तेव्हा एवढ्या मोठ्या खरेदीसाठी त्यालाच दिल्लीला पाठवायचा बेत शेठजींनी केला होता.

"गोकुळभाई! राजाच्या कन्येचे लग्न आहे. त्यासाठी भारी मालाच्या खरेदीकरिता तुम्ही दिल्लीस जा. लगेच निघायला पाहिजे."

"बरं आहे शेठजी. आत्ताच उंटीण मागवतो नि निघायची तयारी करतो.

पण खरेदी तरी केवढ्याची आहे?"

"राजाच्या मुलीचे हे लग्न, तेव्हा सहज तीन-साडेतीन लाखाची खरेदी होईल, पण तुम्ही सहा लाखांचा माल आणा, चांगला निवडक असा आणा, म्हणजे राजेसाहेब कदाचित चार लाखापर्यंतही खरेदी करतील. उरलेला माल आपण दुसरीकडे विकून टाकू. माल मात्र चोख्खा पाहिजे."

"त्याची काळजी नको शेठजी."

मुनिमाने घरी जाऊन प्रवासाची तयारी केली. उंटीण तयार केली. मुनिमाने शेठजींचा निरोप घेतला. तो उंटिणीवर बसला आणि निघाला दिल्लीकडे.

उदीरामाशेठ त्याला गावच्या वेशीपर्यंत पोचवायला गेले होते. ते मुनिमाला सारखे बजावत होते, "बरं का गोकुळभाई! खरेदी चांगली झाली पाहिजे. माल अस्सल पाहिजे. कापड एकदम मनपसंत निघाले पाहिजे. हिरे 'माणके' पाच जातिवंत आणि तेजस्वी पाहिजेत. रत्नांची पारख नीट करा; नाही तर फसाल बरं! आणखी घाई गर्दी करू नका, नाही तर भलतीच किंमत देऊन बसाल. नीट धीमेपणानं काम करा. फसू नका."

शेठजींचा उपदेश मुनीम गोकुळभाई इतका वेळ ऐकून घेत होता.

आता शेठजी वेशीवरून परतताना जेव्हा पुन्हा पुन्हा बजावून सांगू लागले, तेव्हा तो म्हणाला,

"शेठजी तुम्ही सांगितलेले ऐकून घेतो, पण तुमचा सल्ला फक्त दरवाजापर्यंत. पुढे नाही. बराय, रामराम." उंटीण हाकीत मनीम निघून गेला.

शेठजी, परतताना विचारात पडले. "गोकुळभाई असे का म्हणाला!" त्यांना आपल्या एका मुनिमाने असे बोलावे याचे वाईट वाटले, अपमान वाटला. त्यांनी मनाशी ठरविले, "हा गोकुळभाई बराच चढेल दिसतो. त्याची पायरी त्याला दाखवलीच पाहिजे. शेठजींचा सल्ला दरवाजापर्यंत असतो काय? म्हणजे माझ्या शब्दाला काहीच किंमत नाही! माझ्यापेक्षा तो स्वत:ला काय फार शहाणा समजतो? शहाणपणाचा त्याचा तोरा खाली केलाच पाहिजे."

आणि शेठजींनी मनातल्या मनात अशा निश्चय करून गोकुळभाईंचा तोरा कसा उतरावयाचा याच्या उद्योगाला ते लागले.

विचार करता करता त्यांना एक युक्ति सुचली. त्यासरशी त्यांनी आपल्या चाकराला हाक मारून न्हाव्याला बोलवायला सांगितले. इतक्या तडकाफडकी आणि दुपारच्या वेळी न्हावी कशाला? असा प्रश्न चाकराला देखील पडला. पण तो काय, शेठजींचा गुलामच. तो गेला तोताराम न्हाव्याकडे आणि आणले त्याने

त्याला पुढे घालून.

तोताराम न्हावी येताच शेठजी त्याच्या पुढे बसत म्हणाले, "तोताराम! माझे केस फार वाढलेत. सगळे काढून टाक. आणि नीट काप बरं का!"

तोतारामलाही आश्चर्य वाटले. पण तो तरी काय करणार! शेठजींची आज्ञा मानलीच पाहिजे. त्याने शेठजींचे सगळे केस कापून टाकले. तुळतुळीत गोटा केला. हजामत झाल्यावर तोताराम नेहमीप्रमाणे केस गोळा करून चालू लागला, तेव्हा शेठजी म्हणाले, "तोताराम केस नेऊ नकोस. इथेच ठेव."

तोताराम आश्चर्याने आणखीनच थक्क झाला. शेठजींना केस कशाला, हे त्याला कळेना. पण काय करणार! शेठजींची आज्ञा मानलीच पाहिजे. तोताराम केस ठेवून गेला.

मग शेठजींनी घरात जाऊन एक भारी किंमतीचे रेशमी, जरीकाठाचे व सुंदर वेलबुट्टी असलेले कापड आणले. त्या कापडात आपले कापलेले सगळे केस नीट गुंडाळले आणि त्याचे एक गाठोडे तयार केले.

लागलीच शेठजींनी दुसऱ्या एका नोकराला बोलावले आणि हुकूम दिला, "हे बघ, उंट तयार कर आणि हे गाठोडे घेऊन तत्काळ जा. गोकुळभाई वाटेतच भेटेल. त्याला हे गाठोडे दे आणि सांग की दिल्लीच्या बादशहाला शेठजींच्या वतीने ही वस्तू भेट म्हणून दे."

चाकराने उंट आणला. गाठोडे घेतले आणि तो निघाला. थोड्याच अंतरावर त्याने गोकुळभाईला गाठले. त्याच्याजवळ ते गाठोडे देऊन त्याला शेठजींचा निरोप सांगितला. गोकुळभाईलाही वाटले की, दिल्लीच्या बादशहाकडे जायचे तर काही नजराणा पाहिजेच. त्याने ते गाठोडे तसेच ठेवून घेतले.

मजल दर मजल करीत गोकुळभाई दिल्लीला पोचला. कापडबाजारात, जावाहिरपुऱ्यात जाऊन माल खेरदी करायला त्याने सुरुवात केली. एके दिवशी तो दिल्लीच्या बादशहाच्या भेटीस गेला. जाताना एका मोठ्या चांदीच्या तबकात शेठजींनी धाडलेले ते रेशमी गाठोडे घेऊन गेला.

दरबारात गेल्यावर बादशहाच्या पायाशी तबक ठेऊन गोकुभभाई हात जोडून अदबीनं म्हणू लागला,

"कृपावंत बादशहांनी आमच्या शेठजींची ही भेट स्वीकारावी."

बादशहाने गाठोडे पाहिले. त्याला खूपच आवडले. त्याने ते घेतले. पण इतक्या सुंदर गाठोड्यात कसली वस्तू आहे हे पाहायची त्याला उत्सुकता लागून राहिली होती. तो सेवकाला म्हणाला,

"सोड पाहू ते गाठोडे!"

सेवकाने चटकन पुढे होऊन गाठोडे सोडले. त्याचवेळी वाराही सुटला. दारे खिडक्या हेलकावत होत्या. गाठोडे सोडताच आतील केस वाऱ्यावर भुरूभुरू उडायला लागले.

केस बघताच बादशहा संतापला. तो ओरडला, "बंद कर ती घाण."

गोकुळभाईदेखील आश्चर्यचकित झाला होता. त्याला ही काय भानगड आहे तेच कळेना. बादशहा संतापाने थरथरत शिपायांना म्हणाला,

"पकडा या मुनिमाला आणि अंधारकोठडीत डांबून ठेवा. आमची चेष्टा करतो काय?"

आज्ञा होताच शिपाई धावले. त्यांनी मुनिमाला पकडले आणि घेऊन जाऊ लागले. पण तेवढ्यात मुनिमाला एक युक्ति सुचली. तो बादशहाला गयावया करून म्हणाला,

"सरकार, माझी चूक असेल तर मला ठार मारा. पण हे केस मला परत द्या."

मुनिमाची ही विचित्र मागणी ऐकून बादशहालाही नवल वाटले. तो प्रधानाकडे पाहू लागले. प्रधानालाही या मागणीत काही तरी रहस्य वाटले. मुनीम डोळ्यांत पाणी आणून विनवू लागला,

"सरकारस्वारीने चुकीबद्दल माझी गाढवावरून धिंड काढावी. पाहिजे तर कडेलोट करावा. हत्तीच्या पायी द्यावे, हवे तसे करावे. पण मरताना हे केस मला परत करावे, एवढीच मागणी आहे."

बादशहा आणि प्रधान यांची तर आता खात्रीच पटली. या केसात काही तरी भानगड आहे, असे त्यांना ठाम वाटले. मुनीम म्हणत होता.

"सरकारनी एवढी कृपा करावी या गरिबावर. फक्त हे केस जवळ घेऊन मरू द्या मला!"

आता तर बादशहाची आणि प्रधानाची ठाम खात्री झाली, की हे केस साधेसुधे नाहीत. यात काही तरी निराळे आहे खास. बादशहाने उत्सुकतेने विचारले,

"हे केस मागतोस? यात काय आहे?"

"सरकार, तेवढे विचारू नका. केस घेऊन मरू द्या म्हणजे झालं."

"नाही नाही, तुला सांगितलेच पाहिजे."

"सरकार, आमच्या शेठजींच्या जवळची ही बहुमोल ठेव आहे. तुमच्या

जामदारखान्यात सर्व तऱ्हेची रत्ने आहेत. हत्ती, घोडे, रथ हे वैभव तर आहेच. मग तुम्हाला काय भेट द्यायची? म्हणून मग ही अमूल्य भेट धाडली त्यांनी!''

"केसाला कसले आले मोल?''

"सरकार, या केसांची एक कथा आहे. एकदा आमचे शेठजी यात्रेला गेले होते. तेथे त्यांना एक साधू भेटले. साधूमहाराजांची शेठजींनी पुष्कळ सेवा केली. साधू प्रसन्न झाला. त्याने आपल्या दाढीचे केस कापून त्यांना दिले आणि सांगितले, ''हे केस तिजोरीत ठेव.'' शेठजींनी तसे केले. तेव्हापासून त्यांना कशाचीच ददात पडली नाही. खरं म्हणजे शेठजी हे केस द्यायला तयारच नव्हते. पण तरीही शेठजींनी ते आपल्या भेटीस धाडले. असे आहेत हे लाभदायक केस. तुम्हाला नको असतील तर मला परत द्या. मी ते घेऊन मरीन. माझी मुलंबाळं तरी श्रीमंत होतील.''

बादशहाला ही हकीकत खरीच पटली. तो प्रधानाला म्हणाला,

"प्रधानजी, हे केस सोन्याच्या पेटीत बंद करून ठेवा. गोकुळभाई मुनिमाला नजराणा द्या. त्यांनी खरेदी केलेल्या मालावर कर साफ करून टाका आणि काही घोडे व शिपाई बरोबर देऊन त्यांना सन्मानाने निरोप द्या.''

मुनिमाने घरी येताच घडलेली हकीकत शेठजींना सांगितली व म्हटले, "शेठजींचा सल्ला दरवाजापर्यंतच उपयोगी पडतो. बाहेर आपलीच अक्कल चालवावी लागते.'' मुनिमाचे म्हणणे शेठजींना आता पटले. त्यांनी गोकुळभाईला बढती दिली. तेव्हापासून गुजरातीत ''शेठनी शिकामण झांपासुधी'' (शेठजीचा सल्ला दरवाजापर्यंत) अशी म्हण रूढ झाली आहे.

★★★

१०. संभाषण

गुजराती भाषेतील काही प्रथम परिचयात्मक वाक्ये देवनागरीत येथे दिली आहेत. एखाद्या गुजराती माणसाशी प्रारंभी बोलण्यासाठी आणि गुजराती भाषेचाही अल्पसा परिचय होण्यासाठी त्यांचा उपयोग होईल.

मराठी	गुजराती
नमस्कार !	नमस्कार ! नमस्ते !
आपले नाव काय?	आपनुं नाम शुं छे
माझे नाव सतीश	मारुं नाम सतीश छे.
आपले आडनाव काय?	आपनी अटक शुं छे ?
आपल्या वडिलांचे नाव काय?	आपना पिताजीनुं नाम शुं छे?
आपण राहाता कुठे?	आप क्या रहो छो ?
मी पुण्यास राहाते	अमे पूनामां रहिए छीए ।
आपला पूर्ण पत्ता सांगा !	आप पोतानुं पूरं सरनामुं आपो ।
लिहून घ्या !	लखी लो !
आपण कुठून येत आहात?	आप क्यांथी आवो छो?
मी सरळ मुंबईहून येत आहे	हुं सीधो मुंबईथी आवुं छुं ।
आपण कोठे जाणार आहात?	हवे आप क्यां जशो?
मी बडोद्याला जाईन	हुं हवे वडोदरा जईश.
तिथे आपले कोणी नातेवाईक आहेत?	शुं आपना कोई सगा त्यां छे ?
माझ्या नात्यागोत्याची माणसे तिथे आहेत.	मारां सगां त्यां घणां छे.
तिथं माझे काही मित्रही आहेत	त्यां मारा केटलाक मित्रो पण छे.

ठीक	सारो
बसा. इथे असे बसा	बेसो, अहीं आम बेसो
तुमची प्रकृती कशी आहे?	तमारी तबियत केंवे है?
माझी प्रकृती ठीक आहे	मारी तबीयत सारी छे.
हे काय केलेस	आ शुं र्क्यूं?
इथून बाजार किती दूर आहे?	अहिंथी बजार केटली दूर छे?
बराच दूर आहे	घणी दूर छे.
वाट दाखवा	राह दस्सो
किती पैसे झाले ?	केटला पैसा थया ?
माझ्याजवळ मोड नाही	मारीपासे परचुरण नथी.
ह्या शहराचे नाव सुरेंद्रनगर	आ शहेरनुं नाम सुरेंद्रनगर छे।
नमस्कार, काय कसे काय?	नमस्ते, केम छो ?
ही वस्तू कुठे मिळेल?	आ वस्तु क्यां मळशे?
मला गाता येत नाही	मने गाता आवडतुं नथी
चहा घ्या	चहा ले
वाट दाखवा	रस्तो बताव
मी हवा बदलण्याकरिता आलो आहे	हुं हवा फेर माटे आव्यो छुं
तुमचे शिक्षण किती झाले?	तमे क्या सुधी भव्या छो।
मी पदवीधर आहे	हुं ग्रेज्युएट छुं.
तुम्ही काय उद्योग करता?	तुमे क्यो धंदो करो छो ?
नाही.	ना.
मला थोडे पाणी प्यायला देता का?	मने जरा पाणी पिवा आपशो के?
मी फिरायला जात आहे	हुं फरवा जाऊ छुं
चला, चहा घेऊ या	चालो, आपडे चा पीईये

★★★

११. गुजरात गीत

जय ! जय ! गरवी गुजरात !
जय ! जय ! गरवी गुजरात ! दीपे अरुणुं परभात !
ध्वज प्रकाशशे झळळळळ कुसुंवी प्रेमशौर्य अंकीत,
तुं भणव-भणव निज संतति सउने प्रेमशक्तिनी रीति,
उंची तुज सुंदर जात, जय ! जय ! गरवी गुजरात !
उत्तरमां अंबा मात
पूरबमां काळी मात
छे दक्षिण दिशमां करंत रक्षा, कुंतेश्वर महादेव,
ने सोमनाथ ने द्वारकेश ए पश्चिम केरा देव!
छे सहायमां साक्षात, जय! जय! गरवी गुजरात !
नदी तापी, नर्मदा जोय
मही ने बीजी पण जोय
वळी जोय सुभटना जुद्धरममणने रत्नाकर सागर,
पर्वत उपरथी वीर पूर्वजो दे आशिष जयकर !
संपे सोये सउ जात ! जय ! जय ! गरवी गुजरात
ते अणहिलवाडना रंग
ते सिद्धराज जयसिंग
ते रंग थकी पण अधिक सरस रंग, थशे सत्त्वरे मात,
शुभ शकुन दिसे मध्यान्ह शोभशे, वीती गई छे रात !
जान घूमे नर्मदा साथ, जय ! जय ! गरवी गुजरात !

\- नर्मद

गौरवशाली गुजरातचा जयजयकार असो ! गुजरातच्या दाही दिशांवर लवकरच केशरी रंगाचा आणि प्रेम व शौर्य यांनी अंकित असा ध्वज फडकेल. हे गुजरात ! तू आपल्या प्रजेस प्रेम आणि भक्ती दे. गुजरातची ही भूमी श्रेष्ठ आणि सुंदर आहे. उत्तरेस अंबाली माता असून पूर्वेला कालिका माता आहे. दक्षिणेस कुंतेश्वर महादेव शत्रूंपासून रक्षण करीत आहे. पश्चिमेस सोमनाथ आणि द्वारकेश साक्षात श्रीकृष्ण असून गुजरातच्या साहाय्यार्थ सदैव सिद्ध आहे. तापी, नर्मदा, मही इ. नद्या हा गुजरात न्याहाळीत आहे. आणि याच्या रणांगणावर सुभटांची युद्धगीते ऐकू येत आहेत. याच्या पश्चिमेस रत्नांचा महासागर आहे, तर कित्येक पर्वतांवरून गुजरातचे वीर-पूर्वज आशीर्वाद देत आहेत. येथील प्रजा ऐक्याने नांदत आहे. अन्हिलवाड पाटण येथील शूरांची परंपरा व राजा सिद्धराज जयसिंगाचे औदार्य व त्याग ह्या सर्वांमुळे गुजरातला एक आगळाच रंग प्राप्त झालेला आहे; पण या सर्वांहूनही अधिक सुंदर असा रंग त्याला लवकरच लाभणार आहे. कारण गुलामीची रात्र सरत आली असून स्वातंत्र्याचा मध्यान्ह लवकरच चमकणार, असा शुभशकुन दिसत आहे. गौरवशाली गुजरातचा जयजयकार असो !

★★★